ดอกบัวบนฝ่ามือของฉัน

คาราทาลา กมลา

Translated to Thai from the English version of
Lotus on my Palm

Devajit Bhuyan

Ukiyoto Publishing

สิทธิ์ในการเผยแพร่ทั่วโลกทั้งหมดเป็นของ

Ukiyoto Publishing

เผยแพร่ในปี 2024

เนื้อหาลิขสิทธิ์© Devajit Bhuyan

ไอเอสบีเอ็น 9789362694089

สงวนลิขสิทธิ์.

ห้ามทำซ้ำ ส่งต่อ หรือจัดเก็บส่วนใดส่วนหนึ่งของสิ่งพิมพ์นี้ในระบบการดึงข้อมูล ในรูปแบบใดๆ โดยวิธีการใดๆ ทั้งทางอิเล็กทรอนิกส์ ทางกล การถ่ายเอกสาร การบันทึก หรืออื่นๆ โดยไม่ได้รับอนุญาตจากผู้จัดพิมพ์ล่วงหน้า

สิทธิทางศีลธรรมของผู้เขียนได้รับการยืนยันแล้ว

หนังสือเล่มนี้จำหน่ายภายใต้เงื่อนไขว่าจะไม่อนุญาตให้ยืม ขายต่อ จ้าง หรือเผยแพร่โดยไม่ได้รับความยินยอมจากผู้จัดพิมพ์ล่วงหน้า ในรูปแบบใด ๆ ของข้อผูกมัดหรือปกนอกเหนือจากที่จำหน่ายหนังสือเล่มนี้ ที่ตีพิมพ์.

www.ukiyoto.com

หนังสือเล่มนี้อุทิศให้กับ ศรีมันตะ ชะ ระเดวา และผู้คนทั่วโลกที่เชื่อว่าจิตวิญญาณของสุนัข สุนัขจิ้งจอก และลา ก็เป็นพระเจ้าองค์เดียวกัน พระราม

(กุกุระ ชริกาโล กาดาร์ภารู อัตมา ราม, จานียา ชาบากุ โคริบะ ปรานัม)

"พระผู้มีพระภาคเจ้าประทับอยู่ในดวงวิญญาณของสุนัข สุนัขจิ้งจอก หรือลา

การรู้ว่ามันเคารพสิ่งมีชีวิตทั้งหมด"

- ศรีมันตะ สันการ์เดฟ (ค.ศ. 1449-1568)

สารบัญ

คำนำ..1

ดอกบัวบนฝ่ามือของฉัน 3

ศาสนาที่เรียบง่ายของ Sankardeva 4

ศาสนาแห่งการยอมจำนนครั้งหนึ่ง 5

สังกรเทวะน่าจะกลับมาอีกครั้ง 6

ในศาสนาสังกรเทวะ 7

นำขยะไปทิ้งที่ Sankardeva 8

เหล่าสาวกไปเยี่ยมสังฆรเทวะ 9

คุรุสากล สันการ์เดวา 10

ทองคำแห่งอัสสัม 11

บรินดาวานีบาสตรา (ผ้า) โดยสันกรเดวะ 12

ราชาแห่งดวงใจ 13

การออกเดินทางของสันการ์เดวา 14

ขาของพระศิวะ 15

ศาสนาอยู่ในกำมือของเงิน 16

คำอธิษฐาน 17

เงิน 18

แรดอัสสัม 19

ผู้ชาย 20

จังหวะของหุบเขา 21

อัสสัมที่เจริญรุ่งเรือง 22

หลีกเลี่ยงเครื่องดื่มแอลกอฮอล์ 23

สงคราม 24

งานดี 25

ไม่มีใครเป็นอมตะ 26

เทศกาลแห่งสีสัน (โฮลี) 27

ชิตาล 28

ฤดูเทศกาล 29

- อายุ 30
- รักแม่ของคุณ 31
- เมษายน 32
- ทศรฐะ (เรื่องรามเกียรติ์) 33
- ภารตะ 34
- พระลักษมณ์ 35
- ลาบา (บุตรพระราม) 36
- ค้นหาพระเจ้า 37
- รถม้าแห่งเส้นทางที่ชื่อสัตย์ 38
- ดูแลจิตใจ 39
- ไม่ต้องเสียเวลา 40
- ปวดใจ 41
- การดูแลร่างกาย 42
- การเดินของเด็ก 43
- อารมณ์ขันของมาดาน 44
- โคโค่ เจ้าปั๊กมหัศจรรย์ 45
- ลม 46
- สมุนไพรธรรมชาติ 47
- กลัวจิตใจ 48
- กลัวต้นไม้ 49
- การเมืองเรื่องการเปลี่ยนพรรค (ในอินเดีย) 50
- สีใหม่ 51
- เจอกันชาติหน้า 52
- การกลั่นแกล้ง 53
- นักบวช 54
- ให้พระอาทิตย์ขึ้น 55
- ภารตะ รีบหน่อยสิ 56
- รักทั้งหมด 57
- ทอม คุณเริ่มทำงานได้แล้ว 58
- ในเวลาแห่งความตาย 59
- นกกระจอกบ้าน 60

แวววาวของเงิน	61
พร้อมที่จะทำงาน	62
ชีวิตที่ประสบความสำเร็จ	63
อัสสัมทอง	64
เทียน	65
อาณาจักรอวัดห์	66
กำมะหยี่	67
ดวงจันทร์	68
กระต่าย	69
ทะเลาะ	70
แรด การต่อสู้เพื่อเอาชีวิตรอด	71
คลื่นแห่งแม่น้ำ	72
ยุง	73
โหราจารย์	74
อายุหกสิบ	75
คุณแม่ที่ไม่เน่าเปื่อย	76
อัสสัมที่รัก	77
บาล์มแห่งความรัก	78
ข้อมูลบ้านและครอบครัว	79
เงินได้มาจากการทำงานหนัก	80
กระทิง	81
ความโกรธ	82
เป้าร้อนเป้าเย็น	83
ความมีน้ำใจ	84
ความรักและความเสน่หาปีใหม่	85
สภาพอากาศของรัฐอัสสัมในช่วงเดือนมีนาคม-เมษายน	86
ความรักเดือนเมษายน	87
โลกที่แปลกประหลาด	88
ความรักของแม่	89
คลาวด์	90
การใช้ในทางที่ผิด	91

กาลครั้งหนึ่ง	92
ความรักที่ไร้ค่า	93
การปกครองต่อเนื่องหกร้อยปีของอาหม	94
ฉันจะประสบความสำเร็จ	95
ต้นดอกเผา	96
ชาวอาหรับ	97
ป่า	98
คัดดาร์ (ผ้าขิด)	99
น้ำหอมอัสสัม (น้ำมันกฤษณา)	100
น้ำท่วม	101
ผลของงาน (กรรม)	102
ความหึงหวง	103
ทุกอย่างจะเป็นไปตามปกติ	104
เต่า	105
อีกาและสุนัขจิ้งจอก	106
ค้นหาวิธีแก้ปัญหาของคุณเอง	107
จะไม่มีใครดึงคุณขึ้นมา	108
ริษยา, ริษยา, ริษยา	109
การตายและความเป็นอมตะ	111
ฉันไม่รู้จุดประสงค์	112
เงินที่เราหามาอย่างยากลำบากหายไปไหน?	113
พังพอน	114
พรของพระเจ้า	115
ดีกว่าเป็นไม้ที่ตายแล้ว	116
ฉันอาศัยอยู่กับซอมบี้	117
และชีวิตก็เป็นเช่นนี้	118
อกหัก	119
เทคโนโลยีที่ไม่หยุดยั้ง	120
ความไม่เท่าเทียมกันทางเพศ	121
วันหนึ่งจะไม่มีเพดานกระจก	122
พระเจ้าไม่สนใจบ้านอธิษฐานของพระองค์	123

เกี่ยวกับผู้เขียน..124

คำนำ

Srimanta Sankaradeva เกิดในปี 1449 ที่เมือง Bardowa ซึ่งตั้งอยู่ในเขต Nagaon ของรัฐอัสสัมทางตะวันออกเฉียงเหนือของอินเดีย มีชื่อเสียงในด้านชาและแรดเขาหนึ่งตัว Sankaradeva สูญเสียพ่อแม่ตั้งแต่อายุยังน้อย และความรับผิดชอบในการเลี้ยงดูของเด็กก็ตกอยู่กับคุณย่าของเขา ซึ่งทำหน้าที่นี้ได้อย่างน่าชื่นชม แม้ในวัยเยาว์ สังกรก็ยังแสดงพลังอันยิ่งใหญ่ทั้งกายและใจ ในช่วงเวลานี้มีสิ่งเหนือธรรมชาติเกิดขึ้นมากมาย ซึ่งพิสูจน์ว่าเขาไม่ใช่เด็กธรรมดา

การเรียบเรียงเพลงแรกของ Sankaradeva ซึ่งเขียนในวันแรกที่ไปโรงเรียนคือบทกวี *karatala kamala kamala dala* nayana

"কৰতল কমল কমল দল নয়ন।
ভব দব দহন গহন-বন শয়ন॥
নপৰ নপৰ পৰ সতৰত গময়।
সভয় মভয় ভয় মমহৰ সততয়॥
খৰতৰ বৰ শৰ হত দশ বদন।
খগচৰ নগধৰ ফনধৰ শয়ন॥
জগদঘ মপহৰ ভৱ ভয় তৰণ।
পৰ পদ লয় কৰ কমলজ নয়ন॥

(การารตละ กมลา กมลาดาลา นายานะ

ภาวนาทาวะนา กาฮานา วานา ไซยานา

นภรา นภระ พารา สตารตะ กามายา

สัพพะยะ มะพะยะ พะยะ มะมะหะระ สะตะตะยะ

ขรตระ วาระสาร หะทาทาส วาดานะ

ขะคะชาระ นาคะธาระ ฟานาธาระ สายานะ

ชาคทาคามะปาหะระ ภะวะพะยะ ตะระนะ

ปาราปาทา ลายากร กมลาจะ นายานะ)"

สิ่งพิเศษเกี่ยวกับบทกวีนี้คือประกอบด้วยพยัญชนะทั้งหมดและไม่มีสระอื่นใดนอกจากตัวแรก
ประวัติความเป็นมาคือ Sankaradeva
ถูกจัดให้อยู่รวมกันที่โรงเรียนพร้อมกับนักเรียนที่มีอายุมากกว่ามากซึ่งถูกขอให้แต่งบทกวี
เขาปฏิบัติตามแม้ว่าเขาจะเรียนเพียงสระแรกของตัวอักษรก็ตาม
ผลลัพธ์ที่ได้คือบทกวีแสนหวานที่อุทิศให้กับและบรรยายคุณลักษณะของพระกฤษณะ Srimanta
Sankaradeva ถือเป็นบิดาแห่งชีวิตทางสังคมและวัฒนธรรมของรัฐอัสสัม
เขายังเป็นหนึ่งในบรรพบุรุษผู้ปรับปรุงภาษาอัสสัมซึ่งมีต้นกำเนิดมาจากภาษาสันสกฤตให้ทันสมัย

Srimanta Sankardeva ยังเป็นหนึ่งในนักปฏิรูปทางสังคมและศาสนาที่ยิ่งใหญ่ที่สุดของอินเดีย
เขาศึกษาปรัชญาทางศาสนาทั้งหมดที่มีอยู่ในอินเดียในช่วงศตวรรษที่ 15
และเผยแพร่นิกายใหม่ของผู้เรียกศาสนาฮินดู เอกา สรานัน นามธรรม ซึ่งปราศจากพิธีกรรมฮินดู
เขาต่อต้านการบูชายัญสัตว์ในพระนามของพระเจ้า ซึ่งแพร่หลายในศาสนาฮินดู
นอกจากนี้เขายังต่อต้านระบบบวรรณะของวัฒนธรรมฮินดูและพยายามผสมผสานการอยู่เหนือวรรณะและลัทธิ คำพูดที่มีชื่อเสียงของเขา "Kukura Shrigala Gordoboru atma Ram, janiya sabaku koriba pronam": หมายถึง **สุนัข, สุนัขจิ้งจอก, ลา วิญญาณของทุกคนคือพระราม ดังนั้นให้เคารพทุกคน**
สิ่งนี้เข้าถึงความเป็นมนุษยนิยมและดึงดูดมนุษยชาติไปไกล เหมือนกับคำพูดของพระเยซูที่ว่า
"เกลียดบาป ไม่ใช่คนบาป"

ตามแนวทางที่ศรีมันตะ สังกรเทวะ ข้าพเจ้าได้ประพันธ์หนังสือกวีนิพนธ์ภาษาอัสสัมจำนวน 3 เล่ม
ได้แก่ "การัตละ กมลา" "กมลา ดาลา นายานะ" และ "โบโรฟอร์ กอร์"
โดยไม่ต้องใช้คาร์อันเป็นสัญลักษณ์ของสระ ซึ่งแพร่หลายในภาษาอินเดียซึ่งมี
มีต้นกำเนิดมาจากภาษาสันสกฤต หนังสือเล่มนี้ "ดอกบัวบนฝ่ามือ" เล่มนี้เป็นคำแปลของหนังสือ
"การัตละ กมลา" ของผมที่เขียนเป็นภาษาอัสสัม
ไม่สามารถแปลหนังสือเป็นภาษาอังกฤษได้โดยไม่ต้องใช้สระ
ดังนั้นการแปลจึงยังคงรักษาสำนวนและธีมของบทกวีต้นฉบับไว้โดยไม่รบกวนความหมายหลัก
หวังว่าผู้อ่านจะชอบหนังสือบทกวีเล่มนี้ และโลกจะได้รู้เกี่ยวกับคำสอนและอุดมคติของศรีมันตะ
สังขารเทวะ

_____เทวาจิต ภูยาน

ดอกบัวบนฝ่ามือของฉัน

สันคาเทวะกำลังหลับอยู่ใต้ต้นดอกบุ
แสงอาทิตย์ส่องประกายบนใบหน้าของเขา
งูจงอางสังเกตเห็น และคิดว่าแสงแดดรบกวนสังการ์
งูเห่าลงมาจากรูไม้และให้ร่มเงา
เมื่อเพื่อนฝูงและคนใกล้ตัวเห็นดังนั้นทุกคนก็ประหลาดใจ
สังกรเทวะต้องได้รับพรจากสวรรค์จากพระเจ้า
และเขาเขียนบทกวีบทแรกก่อนที่จะเรียนอักษรเต็ม
ผู้คนต่างรักพระวจนะของพระองค์จากใจและเริ่มสรรเสริญ
แต่เหล่านักบวชผู้ถวายสัตวบูชาก็เกิดคำถามขึ้นมากมาย
พระบาทสมเด็จพระเจ้าอยู่หัวทรงรับสั่งให้ประหารสังฆเทวะโดยใช้ช้างทุบพระวรกาย
แต่เขาก็รอดมาได้โดยไม่ได้รับบาดเจ็บด้วยพระคุณของพระเจ้า
เป็นเวลากว่าทศวรรษที่สังการะได้ไปเยือนสถานที่ศักดิ์สิทธิ์เพื่อเรียนรู้ความรู้
พระองค์เสด็จกลับตรัสรู้ แต่งบทกลอนอมตะหลายบทในภาษาอัสสัม
ดอกบัวบนฝ่ามือของฉันยังคงเป็นที่รักของชาวอัสสัมซึ่งเป็นชิ้นส่วนอมตะ
คำสอนของเขาเกี่ยวกับความรักสากลและภราดรภาพทำให้อัสสัมร่ำรวย

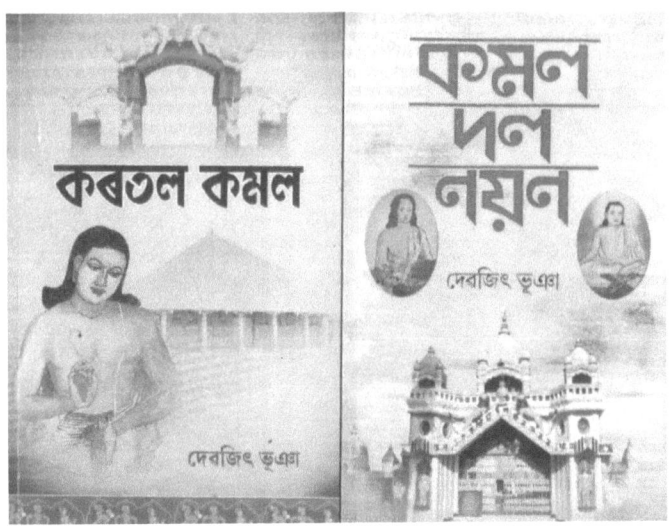

ศาสนาที่เรียบง่ายของ Sankardeva

ศาสนาของโลกคือความรัก
เส้นทางรักคืองานดีไม่เสียดสี
เมื่อจิตใจบริสุทธิ์ หนทางสู่ความรักก็ง่าย
การเป็นคนเรียบง่ายและความรักล้วนเป็นศาสนาที่ดี
ด้วยความโกรธ ศาสนาและเส้นทางสู่ความรักจึงหยุดนิ่ง
เรามักจะพูดว่าศาสนาของผู้อื่นร้อนและไม่ดี
ไม่เคยเคารพและยอมรับความคิดเห็นของผู้อื่น
ศาสนาจึงกลายเป็นเครื่องมือสำหรับความไม่รู้และการปราบปราม
ความรักทุกอย่างนั้นง่ายและพูดง่าย แต่ทำตามได้ยาก
ดังนั้น คำสอนเรื่องศาสนานี้จึงไม่แพร่กระจายเหมือนวัชพืช
ผู้คนแสวงบุญทางศาสนาด้วยความปรารถนาและความโลภ
แต่ศาสนาของสังกรเทวานั้นง่ายต่อการปฏิบัติตาม ไม่มีอะไรที่คุณต้องการ
แอลกอฮอล์ไม่ใช่หนทางสู่ความรอดหรือการฆ่าสัตว์ผู้บริสุทธิ์
ความกลัวและความโลภไม่ใช่ราชรถของงานและเป้าหมายของชีวิต
ความรักและความรักเท่านั้นคือลูกศรแห่งศาสนาที่แท้จริง
เงินทอง ความโลภ ความเกลียดชัง และพลังของกล้ามเนื้อไม่ใช่หนทางของความพึงพอใจ
ตามคำพูดของสังกรเทวะ การอธิษฐานโดยไม่ปรารถนาจะให้ความรอด

ศาสนาแห่งการยอมจำนนครั้งหนึ่ง

พระเจ้าทรงสร้างมนุษย์โดยการโคลนนิ่งจากร่างกายของพระองค์
เราควรมอบชีวิตของเราให้กับผู้ทรงอำนาจนั้น
ให้เราอธิษฐานโดยมีดอกบัวอยู่บนพระบาท
ลูกศรแห่งกาลเวลาหยุดลงตามความปรารถนาของเขาและทุกชีวิตก็สิ้นสุดลง
'ภรต' น้องชายของพระรามเกิดในวังของท้าวทศรฐะ
พระรามแสดงเส้นทางแห่งความรัก ความเคารพ และความสำคัญของความมุ่งมั่น
ดิวาลี เทศกาลแห่งแสงสว่างถือเป็นชัยชนะแห่งความดีเหนือความชั่วร้าย
พระรามกลับบ้านทำลายทศกัณฐ์ซึ่งเป็นสัญลักษณ์ของความชั่วร้ายและการผิดศีลธรรม
สถาปนาความจริง หลักนิติธรรมด้วยความเสมอภาค ความไว้วางใจ และความรักในทุกวิชา
คำสอนของสังขารเทวะผู้นับถือพระรามก็เหมือนกัน รักทุกคน
ผู้คนในรัฐอัสสัมยังคงเดินตามเส้นทางที่สังการ์เทวาแสดงไว้จนถึงทุกวันนี้
ปีศาจแห่งชนชั้น ลัทธิ และความเกลียดชังทางศาสนา ไม่ได้รับการต้อนรับในดินแดน Sankar Dev
ด้วยคำสอนและระบบสวดมนต์ของเขา ศาสนาของเขาจึงมีความกระจ่างแจ้ง

สังกรเทวะน่าจะกลับมาอีกครั้ง

Sankar Dev ควรกลับมาที่อัสสัมอีกครั้งเพื่อสอนหลักศาสนาของเขา
ความเจ็บปวดและการแบ่งแยกที่มาพร้อมกับความก้าวหน้า เขาทำได้เพียงกำจัดให้หมดไป
วัชพืชแห่งการเลือกปฏิบัติทางศาสนา สังคม และเพศที่มองไม่เห็นในดินแดนของเขา
มีเพียงคำสอนของพระองค์เท่านั้นที่สามารถขจัดความเกลียดชังและความแตกแยกในสังคมมนุษย์ได้
การปรากฏของพระองค์จะขจัดความเจ็บป่วยส่วนใหญ่ไปจากชาวอัสสัมและชาวอินเดีย
Sankardeva ควรกลับมาและอัสสัมจะส่องสว่างอีกครั้งในโลก
ระบบการรับบัพติศมาและการสร้างสาวกของพระองค์จะกลายเป็นระบบสากล
ทัศนคติของผู้คนจะเปลี่ยนไป และภราดรภาพจะเจริญรุ่งเรือง
วัดแห่งบ้านสวดมนต์ของเขา "นัมการ์" จะกลายพันธุ์ไปสู่ความสูงใหม่
ความแตกแยกและวิวาทกันในนามของการตีความศาสนาเล็กๆ น้อยๆ ย่อมหมดไป
Mindset ของชาวอัสสัมจะเปิดกว้าง กว้างขึ้น และผู้คนจะบูรณาการผู้คน
สภาพแวดล้อมทางสังคมวัฒนธรรมของโลกจะไม่มีวันเห็นเมฆดำแห่งการแบ่งแยก

ในศาสนาสังกรเทวะ

ให้เราเก็บดอกบัวไว้บนเท้าของสังฆเทวะ
ขอให้เราสร้างสาวกของพระองค์ไปทั่วโลก
ศาสนาของสังกรเทวะนั้นเรียบง่ายมาก
เขากล่าวว่าพระเจ้ามีเอกลักษณ์เฉพาะตัวและอยู่เหนือการแสดงออก
ไม่จำเป็นต้องเสียสละสิ่งสร้างของพระเจ้าเพื่อพรของพระองค์
อธิษฐานต่อพระเจ้าด้วยจิตใจที่บริสุทธิ์และนั่นก็ง่ายมาก
พระเจ้าดำรงอยู่ทุกที่และอธิษฐานได้ทุกที่ทุกเวลา
ความรักไม่เพียงแต่แต่รวมถึงอาณาจักรสัตว์ทั้งหมดด้วยคือศาสนาที่แท้จริง
ตั้งจิตให้กล้าทำความดีแล้วจะได้รู้แจ้ง

นำขยะไปทิ้งที่ Sankardeva

จิตใจไม่มั่นคงและไม่แน่นอนอยู่เสมอ
เส้นทางของสังการ์นั้นเรียบง่ายเพื่อเอาชนะมัน
เมื่อเข้าสู่วัยชรา ทั้งเงินทองและความมั่งคั่งก็ไม่อาจสร้างความสงบสุขได้
คุณต้องเดินคนเดียวแม้ว่าจะอยู่ใกล้ชายหาดที่พลุกพล่านก็ตาม
ไม่มีคนหนุ่มสาวคนใดสนใจพูดคุย แม้แต่ในบ้านของคุณเองก็ตาม
และความเจ็บปวดทางใจก็จะเพิ่มขึ้นหลายเท่า
ทำไมต้องเป็นภาระให้ผู้อื่นในช่วงวันสุดท้ายของชีวิต
อธิษฐานต่อพระเจ้าด้วยใจที่เปิดกว้างและปรารถนาจากใจ
แน่นอนว่าตำราของ Sankar จะแสดงเส้นทางสู่จิตใจที่ไม่แน่นอนไปสู่ความรอด

เหล่าสาวกไปเยี่ยมสังฆรเทวะ

ดอกบัวบนมือ
ซาบ๊อตด้วยการเดินเท้า
เสียง 'คตคด'
แสดงถึงการมาถึงของสังกรเทวะ
ลูกศิษย์ก็มีความยินดี
ความปรารถนาที่จะพบกับ Sankardeva เกิดขึ้นจริง
Sankardeva ดูเหมือนดวงอาทิตย์ที่สดใส
เหล่าสาวกประหลาดใจเมื่อเห็นแสงของพระองค์
คำอธิษฐานเริ่มไหลออกมาจากปากของพวกเขา
พวกเขาสัมผัสเท้าของ Sankardeva ด้วยความยินดีจากสวรรค์
ชีวิตของลูกศิษย์ก็ประสบความสำเร็จ
Sankardeva บัพติศมาพวกเขาให้นับถือศาสนาสมัยใหม่และเรียบง่ายของเขา
คำสอนของสังกรเทวะค่อย ๆ แผ่ขยายออกไปราวกับไฟป่า
ท้องฟ้า อากาศ และบ้านเรือนของรัฐอัสสัมเริ่มสวดบทกลอนของเขา
วัฒนธรรมทางสังคมของรัฐอัสสัมได้เข้าสู่แนวทางใหม่

คุรุสากล สันการ์เดวา

Sankardeva เป็นกูรูสากลสำหรับมนุษยชาติ
เขาเป็นสัญลักษณ์ของความดี ความเสมอภาค และจิตวิญญาณ
ไม่มีใครเป็นหรือจะเทียบเท่ากับเขา
มีเพียงไม่กี่คนที่สามารถพบเห็น Sankardeva ร่วมสมัยได้
คำสั่งของพระเจ้าองค์เดียว คำอธิษฐานเดียว และความเป็นพี่น้องได้รับการเผยแพร่
ความมืดของจิตใจผู้คนก็หายไปอย่างรวดเร็ว
คนโลภและรุนแรงได้ฟื้นคืนสติ
Sankardeva เป็นนักเขียนบทละครและผู้กำกับที่ยิ่งใหญ่ที่สุดตลอดกาล
บทละครของเขาแพร่กระจายอย่างรวดเร็วและกลายเป็นแกนหลักของวัฒนธรรมอัสสัม
วิสัยทัศน์ของ Sankardeva ไม่เพียงจำกัดอยู่เฉพาะมนุษย์เท่านั้น
มันครอบคลุมชีวิตของสิ่งมีชีวิตทุกชนิดในโลกนี้
สันกรเทวะ เทพบิดาแห่งชนชาติอัสสัมตลอดกาล

ทองคำแห่งอัสสัม

บ้านของฮาซารัตอยู่ในประเทศอาหรับ
น้ำหอมเป็นที่รักของจิตใจและศาสนาของเขามาก
ศาสนาใหม่เกิดในซาอุดีอาระเบีย ฮาซารัตเป็นศาสดาพยากรณ์
ศาสนาละทิ้งการบูชารูปเคารพและนมัสการพระเจ้าองค์เดียว
ศาสนาใหม่ที่ไม่เกี่ยวกับพิธีกรรมกลายเป็นที่นิยมอย่างรวดเร็ว
การแสวงบุญฮัจญ์กลายเป็นพิธีกรรมประจำปี
เกิดการทะเลาะวิวาทกับศาสนาอื่นในไม่ช้า
สงครามปะทุขึ้นเนื่องจากการไม่ยอมรับศาสนา
ผู้คนในโลกได้รับความทุกข์ทรมานมากมายจากความขัดแย้งทางศาสนา
ผู้คนจากโลกที่ไม่ใช่ชาวอาหรับกล่าวโทษมูฮัมหมัดสำหรับความทุกข์ทรมาน
Sankardeva เทศนาเรื่องภราดรภาพและความรักสากลระหว่างทุกศาสนา
ผู้นับถือศาสนาอิสลามก็กลายเป็นสาวกของเขาด้วย
ไม่มีสงครามครูเสดหรือความขัดแย้งทางศาสนาเกิดขึ้นในรัฐอัสสัม
สังคมก้าวไปข้างหน้าด้วยความสามัคคีของชุมชน
Sankardeva พิสูจน์ตัวเองว่าเป็นทองคำแห่งอัสสัม

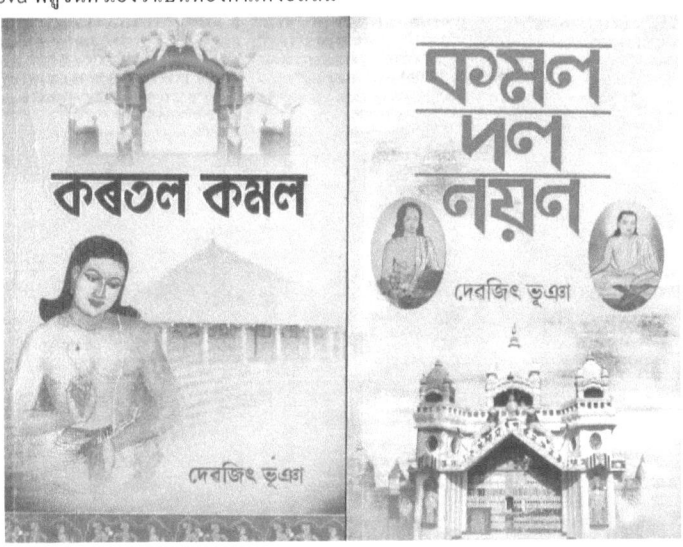

บรินดาวานีบาสตรา (ผ้า) โดยสันกรเดวะ

Sankardeva เริ่มทอผ้าชิ้นใหญ่พร้อมกับลูกศิษย์ของเขา
ทุกคนที่มีส่วนร่วมในการสร้างสรรค์ผลงานชิ้นเอกต่างรู้สึกยินดีเป็นอย่างยิ่ง
เรื่องราวของพระกฤษณะปรากฏอยู่ในผ้าชิ้นเดียวนี้
ทั่วโลกตกตะลึงเมื่อเห็นความงามของบรินดาวานีบาสตรา
ผ้าชิ้นนี้มีเอกลักษณ์เฉพาะตัวจนกลายเป็นมงกุฎของช่างทอผ้าและอุตสาหกรรมสิ่งทอของชาวอัสสัม
บางครั้งอังกฤษก็เข้ามายังรัฐอัสสัมและขึ้นเป็นผู้ปกครอง
บรินดาวานีบาสตราถูกนำตัวไปลอนดอน
มันยังคงส่องแสงในพิพิธภัณฑ์บริติชเพื่อเป็นเกียรติแก่ Sankardeva และผู้ทอผ้าแห่งอัสสัม

ราชาแห่งดวงใจ

สำหรับชาวอัสสัม Sankardeva กลายเป็นราชาองค์ใหม่ในดวงใจ
ที่ขอบฟ้าของรัฐอัสสัม พระองค์ทรงกุหลาบราวกับแสงอาทิตย์อันเจิดจ้า
ถ้อยคำและคำสอนของพระองค์เป็นเหมือนลม
อัสสัมกลายเป็นจุดเด่นของเขา
งานเขียนของเขากลายเป็นข้อความทางศาสนาสำหรับศาสนาฮินดูที่ได้รับการปฏิรูป
ผู้คนหลั่งไหลมาเป็นฝูงเพื่อเป็นลูกศิษย์และสาวกของพระองค์
ศาสนาฮินดูพิธีกรรมกลายเป็นเรื่องง่ายสำหรับคนทั่วไป
อุปสรรคทางชนชั้น ลัทธิ คนรวย และคนจน พังทลายลง
ผู้คนติดตามเขาด้วยจดหมายและจิตวิญญาณ
เขาได้รับพิธีราชาภิเษกเป็นราชาแห่งดวงใจในรัฐอัสสัมอย่างไม่มีปัญหา

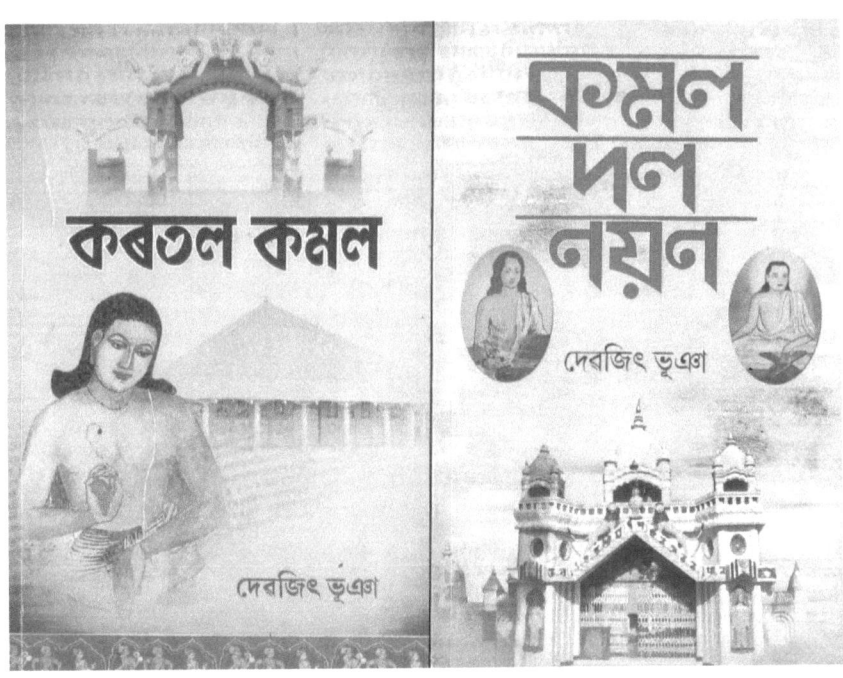

การออกเดินทางของสันการ์เดวา

นับแต่ประสูติของสังฆรเทวะผ่านไปหนึ่งร้อยยี่สิบปี
เวลาที่นักบุญสันการ์เดวาจากโลกมาถึงแล้ว
สันกรเดวะตัดสินใจว่าจะไม่แต่งตั้งกษัตริย์องค์ใดให้เป็นสาวกของเขา
แต่กษัตริย์นารายาณะแห่งอัสสัมทรงยืนกรานที่จะให้บัพติศมาแก่พระองค์
Sankardeva ตัดสินใจละทิ้งชีวิตทางโลกก่อนที่กษัตริย์จะกดดันมากขึ้น
พระองค์เสด็จสู่สวรรคาลัย ทรงพระราชทานทรัพย์สมบัติทั้งสิ้นแก่เหล่าสาวก
ชาวอัสสัมและเบงกอลทั้งหมดตกใจกับการจากไปของเขา
ผู้คนร้องไห้อยู่หลายวันและน้ำตาก็ไหลเหมือนสายฝน
Sankardeva กลายเป็นอมตะผ่านตำราทางศาสนาและงานเขียนอื่น ๆ ของเขา
จนถึงทุกวันนี้โองการและงานเขียนของเขาถือเป็นกระดูกสันหลังและคลาสสิกของภาษาอัสสัม

ขาของพระศิวะ

จุดจบของดราม่าในโลกนี้เกิดขึ้นผ่านทางพระศิวะ
ความตายคือจุดสิ้นสุดของการสะท้อนชีวิตในกระจกของเขา
พระศิวะเป็นนักเต้นที่สมบูรณ์แบบในจักรวาลนี้
ในความขัดแย้งแห่งการเต้นรำชั่วนิรันดร์ของเขา ดวงดาวและดาวเคราะห์ก็หายไป
แม้แต่กาแล็กซีก็ตายและกลายเป็นหลุมดำตามที่เขาเรียก
พระศิวะสามารถพึงพอใจได้อย่างง่ายดายด้วยการสวดมนต์ด้วยจิตใจที่บริสุทธิ์
ชีวิตและความตายเป็นส่วนหนึ่งของการสร้างและการทำลายล้าง
ไม่มีใครหลีกหนีความตายได้ แม้แต่พระรามและพระกฤษณะก็ตาม
แม้แต่พระยามะเทพแห่งความตายก็ยังเป็นเพียงผู้ส่งสารของพระศิวะ

ศาสนาอยู่ในกำมือของเงิน

ขณะนี้โลกเต็มไปด้วยความบาปและกิจกรรมที่ไม่ศักดิ์สิทธิ์
แม้แต่ยอดเขาและทะเลลึกก็ไม่ฟรี
ไม่มีใครชอบชีวิตแบบองค์รวมที่เรียบง่าย
ทุกคนยุ่งอยู่กับการว่ายน้ำในทะเลแห่งบาป
ศาสนาอยู่ในกำมือของเงิน
อาชญากรมีวันศาสนาผ่านอำนาจเงิน
เพื่อเงินนักบวชจะยกย่องอาชญากรด้วยการอาบน้ำศักดิ์สิทธิ์
วันหนึ่งการกลับชาติมาเกิดของพระเจ้าจะเกิดขึ้น
โลกจะปราศจากความเกลียดชัง บาป และอาชญากรรม

คำอธิษฐาน

เพื่อให้จิตใจสะอาด การอธิษฐานเป็นสิ่งสำคัญ
การจะกำจัดใยแมงมุมออกจากคนเป็นสิ่งสำคัญ
การสวดมนต์ควรทำด้วยใจที่บริสุทธิ์
ผลของการอธิษฐานก็มีเพียงเราเท่านั้นที่จะพบ
สำหรับทุกชีวิตเราจะต้องมีความเมตตา
ด้วยความโลภ จิตใจของเราจึงมืดบอดและมืดบอด
ด้วยการสวดมนต์เท่านั้น เราก็สามารถผ่อนคลายได้
การอธิษฐานเป็นเครื่องมือส่วนสำคัญสำหรับความสันโดษ
การอธิษฐานโดยไม่คาดหวังสามารถเปลี่ยนทัศนคติได้
ด้วยการสวดมนต์ จิตใจก็จะบริสุทธิ์ แข็งแรง และเข้มแข็ง
คำพูดที่รุนแรงไม่ควรออกมาจากลิ้น

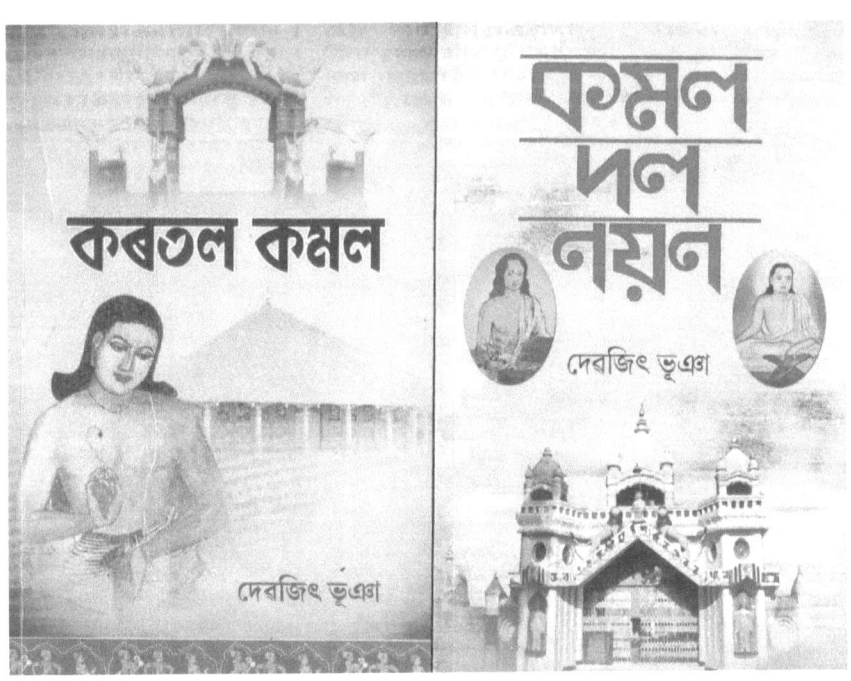

เงิน

ทุกวันนี้ ในโลกนี้ เงินคือเป้าหมายของมนุษย์
เมื่อมีเงินก็นำความรู้สึกสวรรค์มาสู่จิตวิญญาณ
แต่ความโลภมากเกินไปในเงินทำให้จิตใจติดขัดและนิ่งเฉย
เงินมีความจำเป็นเพียงเพื่อเป็นสื่อกลางในการอยู่รอดเพื่อเติมเต็มความต้องการเท่านั้น
แต่ความต้องการเงินไม่ใช่ความจำเป็น แต่เป็นเพียงความโลภเท่านั้น
เป็นความจริงที่ว่าเงินไม่เคยเติบโตบนต้นไม้
ในโลกนี้คุณไม่สามารถหาเงินได้ฟรี
เพื่อหารายได้ การทำงานหนักเป็นกุญแจสำคัญเท่านั้น
โลกของคุณจะไม่มีวันเป็นสวรรค์ด้วยเงินมากขึ้น
ความโลภมากเกินไปทำให้ขมแม้กระทั่งน้ำผึ้ง
เงินจะไม่เป็นเพื่อนคุณในการเดินทางครั้งสุดท้ายของคุณ

แรดอัสสัม

ข้าแต่มนุษย์ของเจ้า จงละอายใจสักหน่อย
อย่าปล้นเขาจากแรดผู้บริสุทธิ์
อัสสัมมีชื่อเสียงในเรื่องสัตว์มีเขาตัวนี้
ทำงานร่วมกับหน่วยงานเพื่อความอยู่รอด
อย่าล่าและฆ่าพวกมันในถิ่นที่อยู่ของมัน
สร้างเส้นทางแห่งความรักให้พวกเขามาเยือนในป่า
พวกเขาคือความรุ่งโรจน์ของอัสสัมและเป็นเด็กโดดเดี่ยว
รู้สึกเจ็บปวดเมื่อนักล่าฆ่าแรด
ชมความสวยงามเมื่อเดินเตร่อยู่ใกล้ต้นไผ่
Kaziranga ได้ให้การทำมาหากินแก่เด็กและผู้ใหญ่มากมาย
มาเป็นอาสาสมัครในภารกิจปกป้องสัตว์ตัวนี้ดั่งทองคำของคุณ

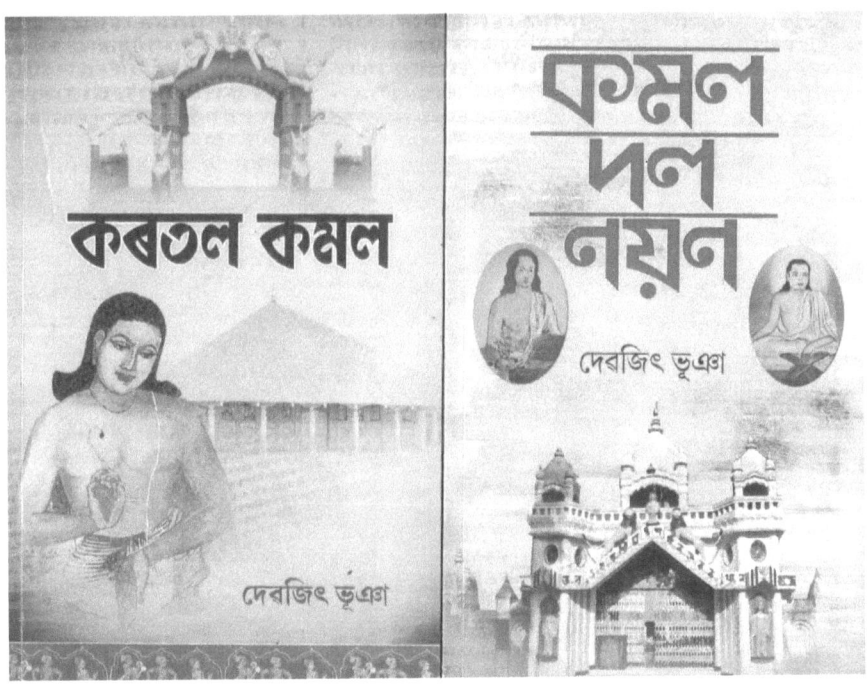

ผู้ชาย

ผู้ชาย! คุณไม่ได้เริ่มสงครามโลกครั้งที่สอง
เพื่อน คุณหยุดและยุติสงครามที่กำลังดำเนินอยู่
หากทำสงครามต่อไป ความหายนะของโลกอยู่ไม่ไกล
รากฐานของมนุษยชาติและอารยธรรมจะสั่นคลอน
ถนน อาคาร สะพานที่คุณสร้าง ทุกอย่างจะพังทลาย
ภายในไม่กี่ชั่วโมง เมืองใหญ่ที่สวยงามจะถูกทำลาย
ป่าไม้และสัตว์ป่าจะถูกถอนรากถอนโคน
ฤดูใบไม้ผลิจะไม่มาพร้อมกับเสียงนกร้อง
จะไม่มีฝูงสัตว์ในประเทศอีกต่อไป
ผู้ชาย! คุณสัญญากับลูก ๆ ของคุณว่าจะยุติการสู้รบ
เพื่อหยุดสงคราม จำเป็นต้องมีความรักและภราดรภาพ ไม่ใช่พิธีการข้อตกลง

จังหวะของหุบเขา

บนภูเขาสูง บ้านเรือนกลายเป็นน้ำแข็ง
มือกลายเป็นน้ำแข็งและเคลื่อนไหวไม่ได้
แม้แต่การดื่มซุปร้อนๆก็ไม่สามารถช่วยได้
เสื้อผ้าที่ทำด้วยผ้าขนสัตว์ไม่สามารถทำให้ร่างกายอบอุ่นได้
แม้ว่าแอลกอฮอล์จะไม่ร้อน แต่ก็ทำให้ร่างกายรู้สึกสบายตัวได้
เพื่อให้ร่างกายอบอุ่น ให้วิ่งที่นี่และที่นั่นโดยใช้หมุด
คุณต้องพกถุงไปซื้อของชำสองสามวัน
ประมาณหนึ่งเดือนน้ำแข็งจะละลาย
น้ำจะไหลลงมาตามหุบเขา
หุบเขาจะมีชีวิตชีวาอีกครั้งด้วยพืชชนิดใหม่
นกและสัตว์ในหุบเขาจะเพลิดเพลินกับฤดูใบไม้ผลิ
สีเขียวแก่หุบเขา ต้นไม้ใหม่จะนำมา

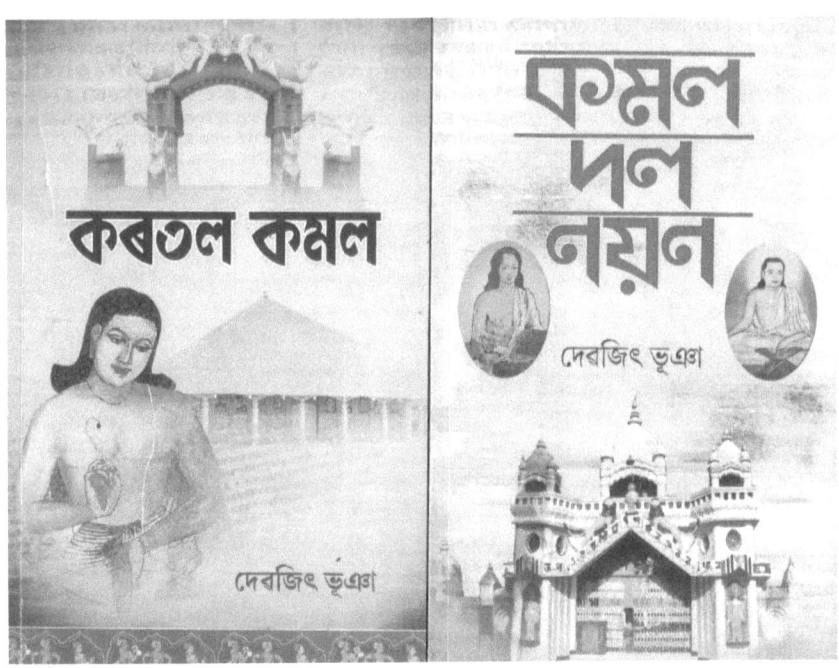

อัสสัมที่เจริญรุ่งเรือง

ฤดูใบไม้ผลิเป็นที่รักมากในรัฐอัสสัมเช่นเดียวกับส่วนอื่นๆ ของโลก
วันเทศกาลต่างๆ ของชุมชนต่างๆ ค่อยๆ คลี่คลาย
ช่างทอผ้าจะมีความสุขและกระตือรือร้นในช่วงเทศกาล
เสียงกระสวยทอผ้าทำให้เกิดมิติใหม่
ดอกบัวบานสะพรั่งในบ่อน้ำเริงร่าไปกับสายลมที่พัดผ่าน
แรดออกมาจากป่าลึกมากินหญ้าอ่อน
นักท่องเที่ยวมาเยี่ยมชมพวกเขาด้วยรถจี๊ปเปิดด้วยเสียงหัวเราะและความสนุกสนาน
บางครั้งแรดก็วิ่งไล่ตามยานพาหนะของพวกเขา
คนแปลกหน้าบางคนเปิดขวดเบียร์ใต้สามคนนี้
สภาพอากาศและสภาพอากาศมีความชัดเจน อ่อนโยน และปลอดโปร่ง
อัสสัมเจริญรุ่งเรืองด้วยดอกไม้ การเต้นรำ และผึ้งบิน

หลีกเลี่ยงเครื่องดื่มแอลกอฮอล์

เครื่องดื่มแอลกอฮอล์ไม่ดีสำหรับประเทศเขตร้อนอย่างอัสสัม
อากาศร้อนชื้นไม่เอื้อต่อการดื่ม
ชุมชนสวนชาสำหรับดื่มเหล้าที่เคยจม
เพื่อหลีกเลี่ยงเครื่องดื่มแอลกอฮอล์ชาวอัสสัมควรคำนึงถึง
จำเรื่องราวของอิมป์และชาวนา
สำหรับเครื่องดื่มแอลกอฮอล์ ความแตกแยกของครอบครัวเป็นเรื่องที่เกี่ยวข้อง
แม้ว่าในรัฐอัสสัม พรรคดอกบัวก็เข้ามามีอำนาจ
พวกเขายังได้เพิ่มการอาบน้ำแอลกอฮอล์ด้วย
ผู้เหยียบย่ำที่ผิดจรรยาบรรณกำลังขายเครื่องดื่มแอลกอฮอล์ให้กับวัยรุ่น
ความทุกข์ยากและความตึงเครียดสำหรับพ่อแม่ มาถึงวันนี้แล้ว
สำหรับรัฐที่ยากจนเช่นอัสสัม ภาวะแอลกอฮอล์บูมไม่ดี
การหารายได้การสนับสนุนเครื่องดื่มแอลกอฮอล์ถือเป็นการหยาบคาย

สงคราม

สงครามไม่ใช่เรื่องตลกหรืออารมณ์ขัน
แม้แต่ผู้อมตะก็ตายในสงคราม
สงครามทำลายบ้านเรือน เกษตรกรรม และการดำรงชีวิต
พุ่งสูงขึ้นจนกลายเป็นราคาอาหารทั้งหมด
สำหรับสัตว์และต้นไม้ สงคราม ไม่ดีเช่นกัน
เด็กๆ ร้องไห้ด้วยความกลัวและเห็นการตายของแม่
คำอธิษฐานของพวกเขาก็ไม่ฟังจากพระเจ้าพระบิดาเช่นกัน
หรือผู้เห็นแก่ตัวและผู้ที่เรียกว่าผู้นำโลกผู้รักชาติ
มนุษยชาติไม่เคยยอมรับว่าสงครามเป็นความผิดพลาดของอารยธรรม
ความเจ็บปวดและความทุกข์ทรมานเป็นผลสุดท้ายของความขัดแย้ง
ผู้นำที่รักของฉัน ในการเริ่มสงคราม คุณไม่ควรอนุญาต
ความโหดร้ายของคุณ ประวัติศาสตร์วันหนึ่งจะฟ้องร้อง
เพื่อทำให้โลกสงบสุข ให้ใช้สมองและสัญชาตญาณของคุณ

งานดี

ผลของงานที่ดีย่อมดี
ผลของการงานชั่วคือความทุกข์เป็นกฎเกณฑ์
พระเจ้าติดตามไปในขณะที่ทำงานที่ดี
ผลลัพธ์ของงานที่ไม่ยุติธรรมที่คุณต้องทนทุกข์ทรมานเพียงลำพัง
แรงโน้มถ่วงดึงดูดผลไม้จากต้นไม้
งานที่ดีก็ดึงดูดพระพรของพระเจ้าเช่นเดียวกัน
อีกไม่นานคุณจะเห็นผลงานของคุณเปล่งประกาย

ไม่มีใครเป็นอมตะ

ไม่มีมนุษย์คนใดที่เป็นอมตะในโลกนี้
ทุกวินาทีที่เราก้าวไปสู่ความตาย
ในเส้นทางแห่งความซื่อสัตย์ไม่กลัวล้ม
ด้วยความรักของพระเจ้า เราจึงสามารถครอบคลุมการเดินทางได้อย่างง่ายดาย
อย่าคลั่งไคล้เงินทองและความมั่งคั่ง
เงินไม่สามารถซื้อความเป็นอมตะได้
ฝึกจิตใจให้เข้มแข็งไม่กลัวความตาย
มีน้ำใจ ใจดี และซื่อสัตย์ในขณะที่มีชีวิตอยู่
เมื่อออกเดินทางคุณจะไม่เสียใจ

เทศกาลแห่งสีสัน (โฮลี)

โฮลี เทศกาลแห่งสีสัน
เพลิดเพลินไปกับความรักและความเสน่หาของโฮลี
คลื่นสี แดง เหลือง น้ำเงิน เขียวไหล
ด้วยสีสันทำให้ผู้คนเปล่งประกายไปทั่วร่างกาย
เมือง เมือง หมู่บ้าน ทุกที่ที่มีจิตวิญญาณเดียวกัน
การเพลิดเพลินไปกับความยิ่งใหญ่ของสีนั้นเป็นสัญชาตญาณ
ในเทศกาลแห่งสีสัน ทุกคนจะสนุกสนานไปกับวันที่ลืมความเจ็บปวด
เจ็ดสีคือจิตวิญญาณแห่งชีวิต ธีมรถไฟโฮลี

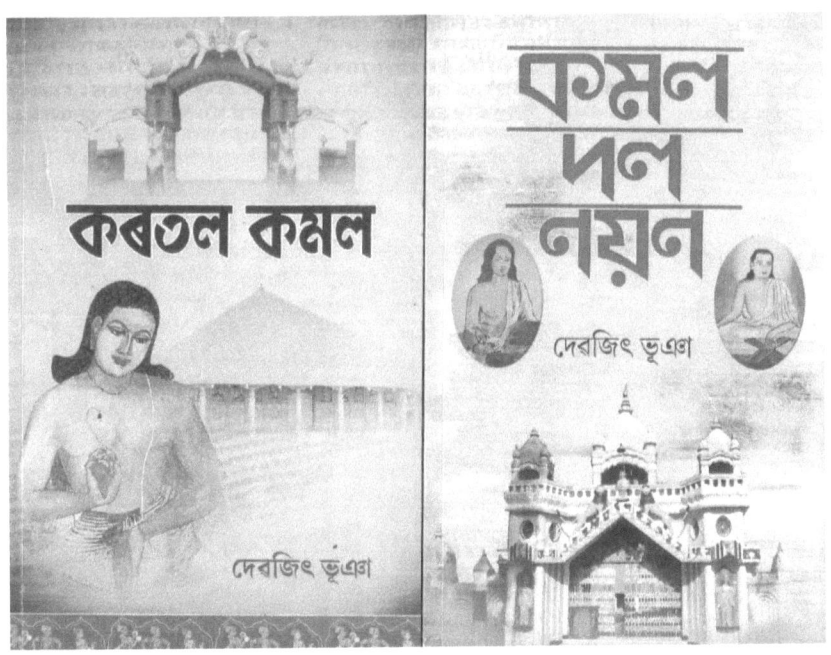

ชิตาล

ชิตัล คุณกินหญ้าอย่างมีความสุขในป่า
แต่จงระวังความเป็นมนุษย์
พวกเขาโลภเนื้อของคุณ
ความเร็วของลูกศรที่คุณไม่สามารถเอาชนะได้
ไปเดินเล่นกับแรดกันดีกว่า
และพักผ่อนใกล้ช้าง
คุณเป็นสร้อยคอที่สวยงามของอินเดีย
ผิวหนังและเนื้อของคุณเป็นสื่อศัตรูของคุณ
ด้วยป่าไม้ที่หดตัว การเดินทางเอาชีวิตรอดจะยากลำบาก

ฤดูเทศกาล

คุณไม่เคยสนใจฉันในขณะที่ฉันเจ็บปวด
รีบมาหาฉันโดยรู้ว่าได้รับเงิน
แม้หน้าร้อนตอนนี้คุณก็อย่าลังเลที่จะวิ่ง
เงินคือความสนุกที่สร้างแรงบันดาลใจอันน่าตื่นเต้น
ในช่วงเทศกาลคุณไม่มีเวลาสำหรับความปรารถนา
แต่คุณปีนขึ้นไปบนภูเขาเพื่อความสุขของตัวเอง
แต่ไม่มีเวลาที่จะสอบถามเกี่ยวกับเพื่อนของคุณ
ตอนนี้คุณกำลังพูดคำหวานฉันจะเชื่อได้อย่างไร
ทุกคำพูดของคุณมีไว้เพื่อเหตุผลทางการเงินและความต้องการทางเพศเท่านั้น

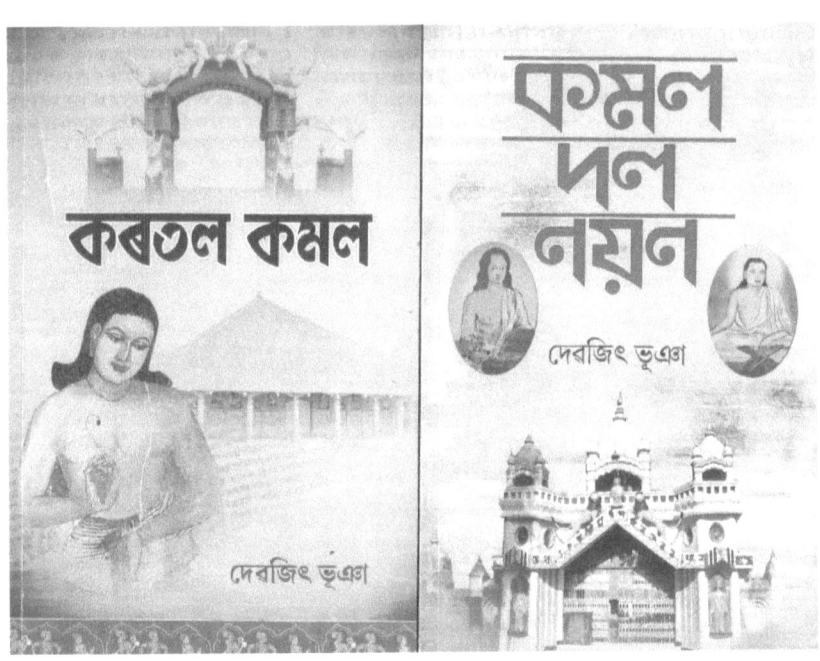

อายุ

ในวัยชราผู้คนจะนิ่งเฉย
ไม่ชอบการเคลื่อนไหวแม้แต่การขึ้นไปชั้นบน
แต่ผู้คนกลับกลัวความตาย
ความปรารถนา การงาน และความปรารถนาที่ยังไม่เสร็จ
ทำให้กลัวความตายให้น่ากลัวยิ่งขึ้น
แม้ว่าความตายจะไม่ละเว้นทั้งคุณและฉัน
เหตุใดจึงต้องกลัวความตาย จงเพลิดเพลินไปกับช่วงเวลานี้
จงปฏิเสธในฝ่ายวิญญาณและผู้ทรงฤทธานุภาพ
ขณะที่คิดถึงความตายก็ให้คิดเบา ๆ

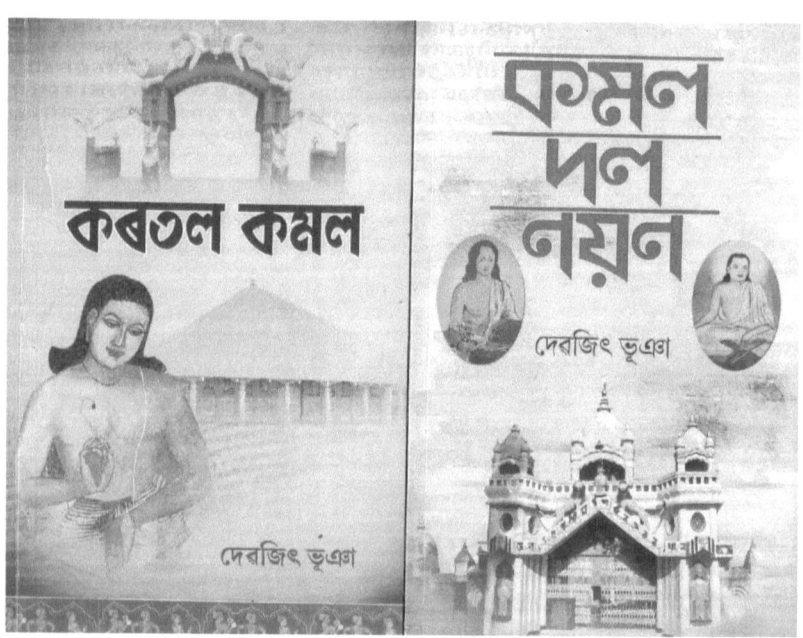

รักแม่ของคุณ

รักแม่ ดูแลแม่
ในยามที่เธอป่วย ความรักย่อมดีกว่ายารักษาโรค
ยาเพียงอย่างเดียวไม่เพียงพอที่จะรักษาโรคได้
การดูแลด้วยความรักมีพลังวิเศษในการเยียวยา
จำวันวัยเด็กของคุณ
เมื่อคุณรู้สึกดีขึ้นด้วยการสัมผัสบนฝ่ามือของแม่
เมื่ออายุมากขึ้นด้วยสัมผัสของคุณ เธอจะรู้สึกสงบ
มากกว่าสัมผัสแห่งความรักของคุณ ไม่มียาหม่องใดที่จะดีไปกว่า

เมษายน

เดือนเมษายนไม่ได้เป็นเพียงเดือนเมษายนของคนโง่ในรัฐอัสสัม
ในเดือนเมษายน จิตใจของชาวอัสสัมทุกคนลอยล่อง
ฤดูกาลเปลี่ยนไปหลังฤดูหนาวอันหนาวเหน็บ
ต้นไม้กำลังเต้นระบำใบไม้สีเขียวใหม่
และนกกาเหว่าร้องเพลงบนต้นมะม่วงอย่างต่อเนื่อง
ช่างทอผ้ากำลังทอผ้าเช็ดตัวใหม่ (กาโมซา)
เทศกาล Rongali Bihu เทศกาลแห่งความสุขกำลังมาเคาะประตูบ้าน
ทั้งเด็กและผู้ใหญ่ ทุกคนต่างยุ่งอยู่กับการฝึกเต้นบีหู
Bihu เป็นจิตวิญญาณของชาวอัสสัมบนฝั่งพรหมบุตร
แม้แต่แรดแห่งคาซิรังกาก็ยังดีใจที่ได้เห็นหญ้าที่เพิ่งโตขึ้นมาใหม่
เดือนเมษายนไม่ได้เป็นเพียงเดือนเดียวในปฏิทิน
เมษายน (โบฮัก) ทำให้รัฐอัสสัมเป็นสีเขียวและส่องสว่างในใจชาวอัสสัม

ทศรฐะ (เรื่องรามเกียรติ์)

ด้วยลูกศรของท้าวทศรถะ ราชโอรสของปราชญ์ตาบอดก็สิ้นพระชนม์
เพราะคำสาปของปราชญ์ ทศรฐฐที่ไม่มีบุตรจึงมีบุตร
พระรามเกิดมาพร้อมกับพระลักษมณ์ ภารตะ และสเตรงัน
นอกจากนี้นางสีดาภรรยาของพระรามยังเกิดในอาณาจักรใกล้เคียงในประเทศเนปาล
เพื่อรักษาสัญญาของบิดา พระรามจึงลี้ภัยเป็นเวลาสิบสี่ปี
พระลักษมณ์และนางสีดาก็ร่วมเดินทางกับพระรามด้วยในระหว่างที่เขาถูกเนรเทศ
เพราะจิตตกตะลึงในการส่งพระรามเข้าป่า
ทศรถสิ้นพระชนม์ทิ้งราชบัลลังก์ให้ภรตปกครอง
นางสีดาถูกราชาปีศาจทศกัณฐ์ลักพาตัวไปในป่า
พระรามไปถึงลังกาด้วยความช่วยเหลือของหนุมานและเพื่อนลิง
นางสีดาได้รับการช่วยเหลือ ทศกัณฐ์ถูกฆ่า และทั้งหมดก็กลับมาที่กรุงศรีอยุธยา
พระรามสถาปนาอาณาจักรในอุดมคติด้วยความเสมอภาค ความยุติธรรม และหลักนิติธรรม

ภารตะ

พระลักษมณ์เสด็จเข้าป่ากับพระราม
ภารตะยังคงอยู่ในราชอาณาจักร
ทรงปกครองอาณาจักรโดยให้พระรามเป็นผู้ก่อวินาศกรรมสิงหสาร (ประธาน)
จิตวิเศษหลอกลวงพระลักษมณ์
นางสีดาถูกลักพาตัวจากกระท่อมกลางป่า
สงครามใหญ่เกิดขึ้นระหว่างพระรามและทศกัณฐ์
พระลักษมันมีบทบาทสำคัญในการเอาชนะราชาปีศาจ
นางสีดาได้รับการช่วยเหลือและทุกคนก็กลับบ้านอย่างมีความสุข
ความทุกข์ทรมานของภารตะสิ้นสุดลงพร้อมกับการเสด็จกลับมาของพระราม

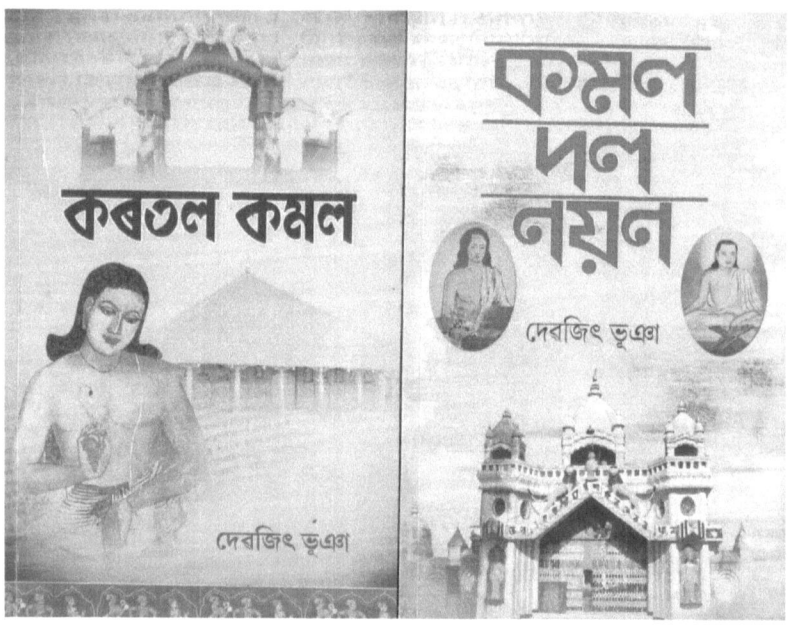

พระลักษมณ์

พวกปราชญ์แนะนำว่า "พระลักษมณ์อย่ากลัวทศกัณฐ์"
บุตรแห่งลมหนุมานอยู่กับท่านดั่งเงา
แม้ว่าทศกัณฐ์จะเป็นสาวกของพระศิวะก็ตาม
อัตตาและความเย่อหยิ่งของเขาจะนำไปสู่ความพ่ายแพ้
เวลาเป็นสิ่งสำคัญในการทำสงครามและโจมตีศัตรูด้วยอาวุธที่ดีที่สุด
ใช้อาวุธที่ดีที่สุดของคุณตั้งแต่แรก
เส้นทางแห่งความจริงและความซื่อสัตย์มีชัยเหนือความชั่วร้ายเสมอ

ลาบา (บุตรพระราม)

ลาบาเป็นพระราชนัดดาของพระเจ้าทศรัถ
อ่อนเยาว์ มีพลัง และสวยงาม
ผู้พิทักษ์อาศรมของฤๅษีและปราชญ์
ชื่อเสียงของลาบาเลื่องลือไปทั่วทั้งทวีป
พระรามเรียกเขาไปชุมนุม
คูชาน้องชายของเขาก็มาด้วย
เมื่อฟังเรื่องรามเกียรติ์จากพวกเขา พระรามก็ประหลาดใจ
พี่น้องฝาแฝดเป็นลูกชายของเขาเอง พระรามจำได้

ค้นหาพระเจ้า

ในวัดใหญ่ขนาดใหญ่ สัตว์ต่างๆ ได้รับการสังเวยแม้กระทั่งทุกวันนี้
เลือดควาย แพะ ไหลเหมือนแม่น้ำ
เพื่อให้พระเจ้าพอพระทัย ผู้คนจึงฆ่าลูกของพระเจ้า
ไม่มีพระเจ้าคนใดจะยินดีที่ได้เห็นเลือดของผู้บริสุทธิ์
พระเจ้าจะทรงพอพระทัยที่ได้เห็นความรักและความห่วงใยของสิ่งมีชีวิตทั้งปวง
โอ้มนุษย์ของเจ้า จงอธิษฐานต่อพระเจ้าด้วยจิตใจที่บริสุทธิ์
หากคุณสังเวยสัตว์บริสุทธิ์ พระเจ้าจะไม่ยอมรับคำอธิษฐานของคุณ
พระองค์จะไม่ทรงตอบสิ่งที่คุณอธิษฐานขอด้วยเลือด
พระเจ้าทรงเมตตาเสมอและไม่เคยฆ่าใครเลย
หากคุณเสียสละผู้บริสุทธิ์เพื่อผลประโยชน์ของตนเอง คุณจะรวบรวมบาป

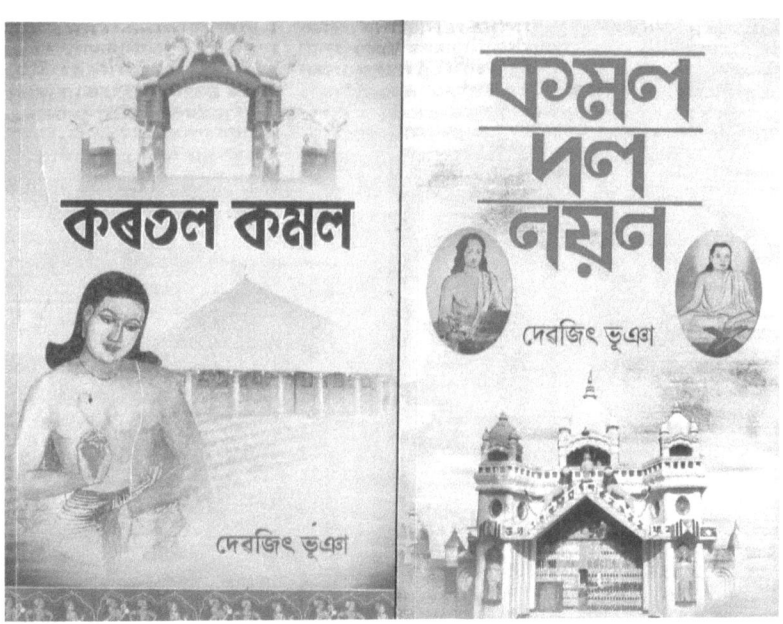

รถม้าแห่งเส้นทางที่ซื่อสัตย์

นี่คืออัสสัมของเรา อัสสัมที่รัก
สุดที่รักและใกล้กับหัวใจของเรา
อัสสัมเป็นดินแดนแห่งวัฒนธรรมที่ดีและมีน้ำใจ
ไม่มีการค้ามนุษย์ที่ผิดศีลธรรม
แม้แต่ในหลายเผ่า ผู้หญิงก็ปกครองครอบครัว
ด้วยความโลภเงิน ไม่มีใครค้าประเวณี
การเผาสินสอดและเจ้าสาวไม่ใช่ส่วนหนึ่งของชีวิตชาวอัสสัม
สิทธิที่เท่าเทียมกันมอบให้กับผู้หญิงทุกคนและภรรยาที่รัก
อาจมีเงินก้อนโตอยู่บนเส้นทางทุจริต
แต่คนธรรมดาของรัฐอัสสัมชอบชีวิตที่เรียบง่าย
หายากมากที่ผู้หญิงจะทุบตีและหย่าร้างกับคนครึ่งดีกว่า

ดูแลจิตใจ

เราดูแลร่างกายของเราอยู่เสมอ
แต่ไม่ค่อยได้ดูแลจิตใจ
การดูแลจิตใจก็มีความสำคัญไม่แพ้กัน
ทำไมละเลยโดยไม่ดูแล?
เพื่อการมีสุขภาพที่ดีนั้น ไม่ยุติธรรมเลย
จิตใจที่ดีในร่างกายที่แข็งแรงจะทำให้ชีวิตดีขึ้น
เราสามารถชนะการแข่งขันที่ซับซ้อนของชีวิตได้อย่างง่ายดาย
ไม่มีอะไรดีสามารถบรรลุได้ด้วยจิตใจที่ป่วย
เพื่อรักษาจิตใจถนนก็หาง่าย
ยิ้มแย้มแจ่มใสและใจดีกับทุกคนเสมอ
ปฏิบัติตามแนวทางแห่งความซื่อสัตย์สุจริต
ความจริงและภราดรภาพจะทำให้คุณสงบสุข

ไม่ต้องเสียเวลา

เวลาก็ไม่คงที่
และเวลาก็ไม่เป็นแบบไดนามิก
อดีต ปัจจุบัน และอนาคต
ล้วนเหมือนกันในขอบเขตของเวลา
เรารู้สึกเหมือนกับว่าเวลาผ่านไปอย่างต่อเนื่อง
เหมือนกระแสน้ำไหลลงสู่ทะเล
การรับรู้ของเรา เวลาเคลื่อนที่เหมือนลูกศร
แต่เมื่อมันออกจากคันธนูแล้วอย่ากลับมาอีก
แต่เราหวังว่าจะมีวันพรุ่งนี้ที่ดีขึ้น
เวลาไม่เคยหยุดนิ่งในวันที่มีเมฆมาก
และจะไม่ช้าลงในเช้าที่สดใส
ดำเนินไปตามปกติปีแล้วปีเล่า
ไม่มีการเลือกปฏิบัติหรือการเล่นพรรคเล่นพวก
สำหรับคนจน รวย อ่อนแอ หรือเข้มแข็ง เวลาก็เท่ากัน
ดังนั้น สำหรับความล้มเหลวของคุณ เวลาไม่ใช่สิ่งที่จะตำหนิ
ความมั่งคั่งที่มีค่าที่สุดแต่เป็นอิสระในชีวิตคือเวลา
อย่าปล่อยให้มันเสียเปล่า จงใช้มัน ชีวิตจะดีเอง

ปวดใจ

ดูแลเพื่อนของคุณในช่วงที่เจ็บปวดทางจิต
ความรักและการปลอบใจ ความแข็งแกร่งของจิตใจ พวกเขาจะได้รับ
ความเหงาทำให้จิตใจอ่อนแอและเปราะบาง
การตัดสินใจบางอย่างอาจผิดพลาดและไม่เป็นมิตร
ด้วยมิตรภาพจิตใจก็จะเป็นสุขและเบิกบาน
ผู้คนสามารถเอาชนะปัญหาชั่วคราวส่วนใหญ่ได้
ความเจ็บปวดทางจิตสามารถผลักดันให้ผู้คนฆ่าตัวตายได้
การทำชั่ว จิตใจที่อ่อนแอมักจะยุยงอยู่เสมอ
ให้กับเพื่อนเมื่อจิตใจอ่อนแอ
พร้อมคำพูดให้กำลังใจเข้าสู่ภาวะปกติเพื่อนจะกลับมา

การดูแลร่างกาย

เดิน เดิน และเดิน
ไม่จำเป็นต้องวิ่งเร็วเพื่อรักษาความฟิต
การเดินเป็นชุดออกกำลังกายร่างกายที่ดีที่สุด
การเดินในตอนเช้าจะช่วยขับไล่ความง่วงออกไป
ร่างกายจะแข็งแรงและอ้วนท้วน
การไหลเวียนของเลือดจะดีขึ้น
จิตใจจะคงอยู่ตลอดทั้งวันอย่างร่าเริงยิ่งขึ้น
การเดินไม่มีอุปสรรคเรื่องเวลาและสถานที่
ท่านสามารถเข้าร่วมการแข่งขันเดินได้อย่างง่ายดาย
เพื่อนใหม่จะมาสัมผัสบนเส้นทางเดิน
มิตรภาพบางอย่างจะดีเยี่ยมและไม่เคยมองย้อนกลับไป
การเดินเป็นสิ่งที่ดีต่อร่างกาย จิตใจ และจิตวิญญาณ
ด้วยสุขภาพร่างกายและจิตใจที่ดี คุณสามารถบรรลุเป้าหมายของชีวิตได้

การเดินของเด็ก

เธอล้มลงและลุกขึ้นยืน
แต่เธอก็ไม่เคยยอมแพ้จนกว่าเธอจะเดิน
วันหนึ่งเธอเริ่มวิ่งอย่างสนุกสนาน
การเดินทางอันยาวนานของชีวิตเริ่มต้นขึ้น
หากล้มครั้งสองครั้งแล้วไม่ลุกขึ้นมา
ในชีวิตนี้คุณจะสามารถเข้าร่วมการแข่งขันได้
หากไม่ล้ม ไม่มีใครสามารถเรียนรู้ที่จะลุกขึ้นและเคลื่อนไหวได้
การเรียนรู้เล็กๆ น้อยๆ ในวัยเด็กทำให้ชีวิตเราดีขึ้น

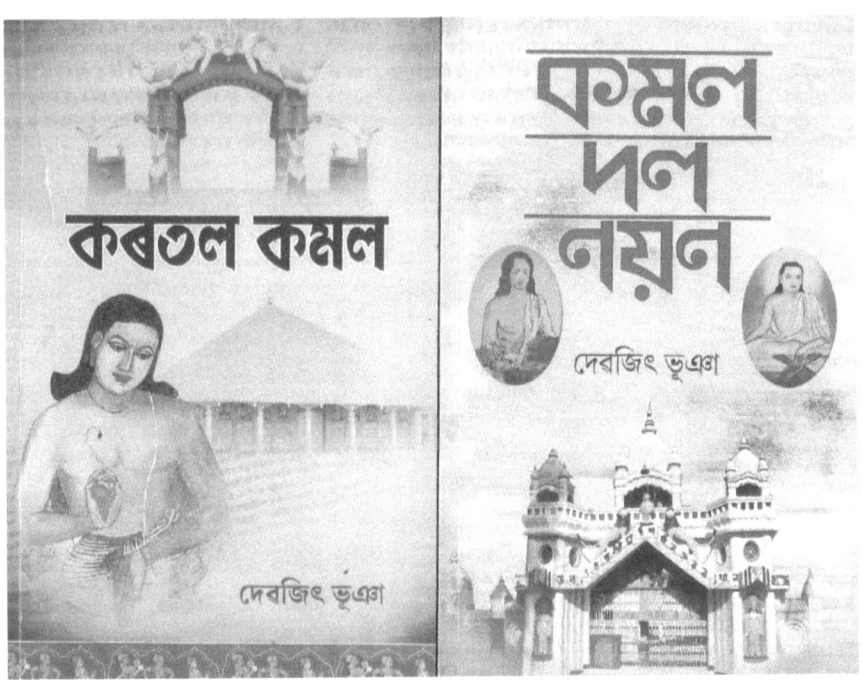

อารมณ์ขันของมาดาน

มาดานเล่าเรื่องตลกของคุณ
อาคอนจะเริ่มหัวเราะ
อย่าเล่าเรื่องตลกไร้สาระ
ในเรื่องตลกของคุณ รอยยิ้มควรจะลดลง
เม็ดฝนเล็กๆ ควรแตะเบาๆ
แต่อย่าสร้างข่าวลือเพื่อเริ่มต้นวิวาท
เรื่องตลกไม่ควรทำลายความสัมพันธ์ในครอบครัว
เรื่องตลกมีไว้สำหรับรอยยิ้มและเสียงหัวเราะ
ไม่ใช่เพื่อร้องไห้และทำให้สถานการณ์เลวร้าย

โคโค่ เจ้าปั๊กมหัศจรรย์

Coco คุณคือสัตว์เลี้ยงแสนรักของเรา
ห้องครัวเป็นสถานที่ที่คุณรัก
หากอาหารล่าช้า คุณจะเริ่มเห่า
อิ่มท้องก็วิ่งเพลินๆ
คุณไม่ชอบคนเลวมาก
สำหรับคุณ บ้านคือวิหารของพระเจ้า
กับคนที่คุณรักคุณจะไม่ประพฤติทุจริต
การปรากฏตัวของคุณทำให้ทุกคนมีความสุขและเดือดพล่าน
ความโกรธแค้นและหน้ามืดมนของครอบครัวเริ่มหายไป
สุนัขเป็นเพื่อนที่ดีที่สุดของมนุษย์ที่ไม่มีใครปฏิเสธได้
ไม่มีสิ่งใดสามารถเติมเต็มสุญญากาศที่คุณสร้างขึ้นได้

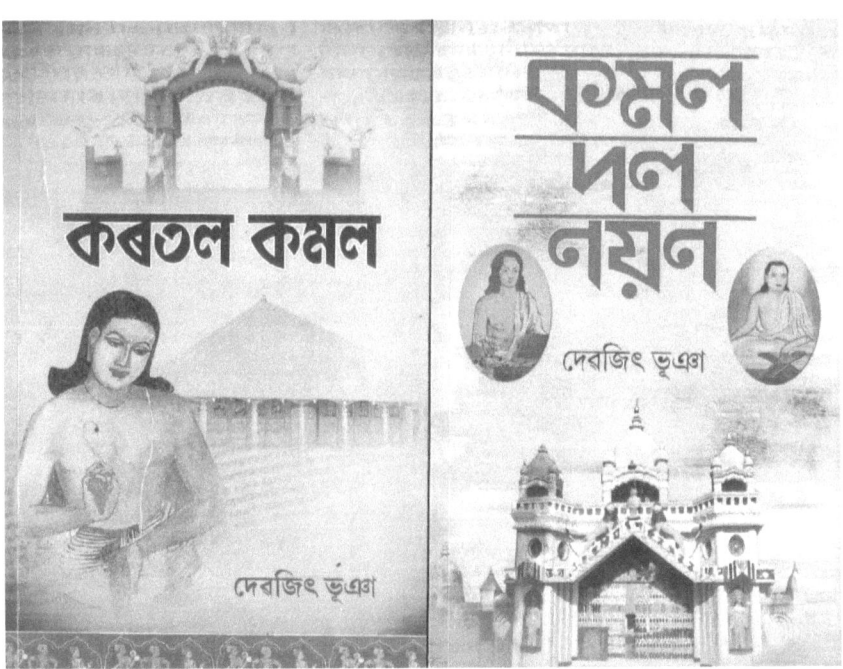

ลม

ในรัฐอัสสัมในช่วงเดือนกุมภาพันธ์ ลมจะพัดเร็ว
บ้านและถนนทุกหลังเต็มไปด้วยฝุ่นและใบไม้แห้ง
ฤดูหนาวผ่านไปแล้ว และอากาศก็เริ่มแห้ง
นกไลล์ ใบไม้ร่วงหล่นตามสายลมที่เคยโบยบิน
เมื่อลมพัดแรงขึ้น ต้นไม้ใหญ่ก็ล้มลง
ใบไม้แห้งทำให้ทุ่งอัสสัมดูเป็นสีน้ำตาล

สมุนไพรธรรมชาติ

สมุนไพรสามารถปรับปรุงภูมิคุ้มกันของร่างกายมนุษย์ได้
เหมาะสำหรับการต่อสู้กับโรคและชีวิตที่มีสุขภาพที่ดี
แต่อย่าเชื่อว่าจะรักษาได้ทุกโรค
สมุนไพรไม่ใช่ยาแก้พิษสำหรับไวรัสและแบคทีเรีย
มีเพียงยาปฏิชีวนะเท่านั้นที่สามารถรักษาโรคปอดบวมได้
แต่การกินสมุนไพรสามารถช่วยต่อสู้กับไวรัสได้
รับประทานสมุนไพรเป็นอาหารเสริมเพื่อสุขภาพที่ดีเท่านั้น
สู้โรค การมีสุขภาพที่ดีคือความมั่งคั่ง

กลัวจิตใจ

เฮ้เพื่อน อย่ากลัวอะไรเลยนะ
ความกลัวเป็นสิ่งสร้างความเสียหายที่อันตราย
ความกลัวทางจิตแสดงออกทางร่างกาย
และคุณจะพ่ายแพ้ก่อนการแข่งขันจะเริ่มขึ้น
ด้วยความกลัว คุณเห็นผีและสิ่งมีชีวิตที่มองไม่เห็น
และคุณหนีออกจากสนามรบโดยไม่ต้องต่อสู้
นี่เป็นความขี้ขลาด ผิดจรรยาบรรณ และไม่ถูกต้อง
ด้วยความกลัว มนุษย์ไม่สามารถประสบความสำเร็จได้
เมื่อคุณเอาชนะความกลัวได้ โอกาสก็มีมากมาย
โลกทั้งใบจะอยู่กับคุณ ถ้าคุณกล้า
ผู้ชนะจะถูกจดจำแม้จะไปหลุมศพแล้วก็ตาม

กลัวต้นไม้

ต้นไม้ในป่ากลัวเสียงเลื่อย
เลื่อยยนต์ทำลายป่าแล้วป่าเล่าอย่างรวดเร็ว
กาลครั้งหนึ่งมนุษย์ต้องใช้แรงงานจำนวนมากในการตัดต้นไม้
แต่ตอนนี้ด้วยเลื่อยกล ร่างกายก็ไร้ปัญหา
ผลที่ตามมาคือความหายนะและป่าฝนถูกทำลาย
ภาวะโลกร้อนทำให้สภาพอากาศเปลี่ยนแปลง
ธารน้ำแข็งกำลังละลายและน้ำท่วมกำลังสร้างความเสียหาย
ครั้งหนึ่งเลื่อยมือเป็นเพื่อนของมนุษย์และอารยธรรม
ความหลากหลายทางชีวภาพและระบบนิเวศ เลื่อยยนต์กำลังทำลายล้าง

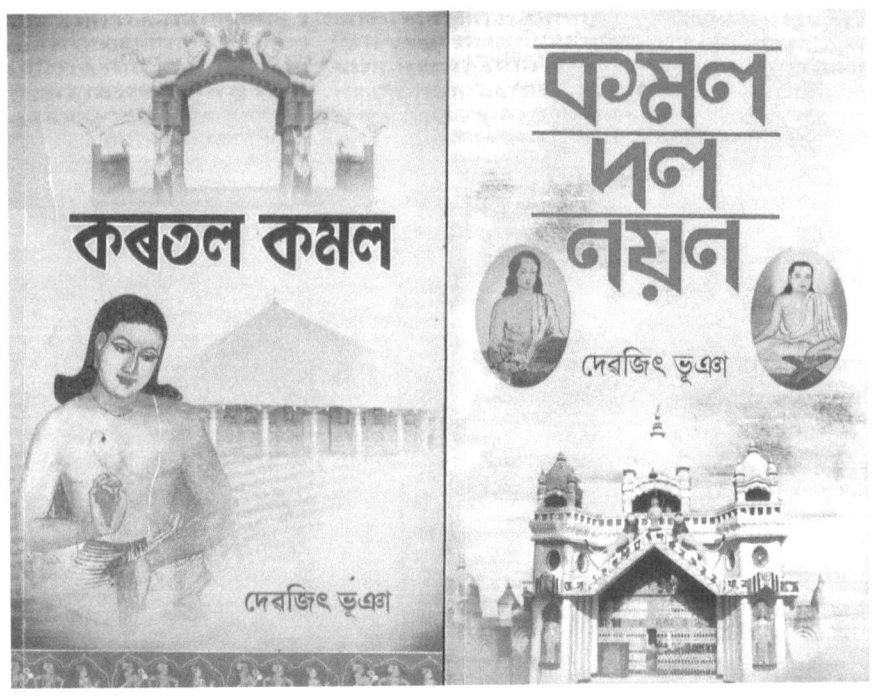

การเมืองเรื่องการเปลี่ยนพรรค (ในอินเดีย)

เวลาเลือกตั้งเป็นเวลาที่ดีที่สุดในการเปลี่ยนสังกัดทางการเมือง
แต่การเปลี่ยนพรรคไม่ใช่การแก้ปัญหาของประชาชน
ด้วยความโลภแห่งอำนาจ ผู้นำและผู้ตามจึงเปลี่ยนพรรคการเมือง
เงิน แอลกอฮอล์ ความมั่งคั่ง และผู้หญิงเป็นแรงผลักดันสำคัญ
ทำไมผู้นำหลอกลวงผู้มีสิทธิเลือกตั้งจึงไม่มีใครชอบถูกสอดส่อง
สำหรับนักการเมือง การให้บริการประชาชนถือเป็นเรื่องรองเสมอ
การกรอกกล่องเงินให้มากที่สุดเท่าที่จะเป็นไปได้ถือเป็นเรื่องหลัก
อำนาจ อำนาจ และเงินมีความสำคัญมากกว่าสำหรับผู้นำ
สิ่งนี้ทำได้ง่ายเพราะผู้มีสิทธิเลือกตั้งส่วนใหญ่ไม่รู้
เวลาการเลือกตั้งเป็นเวลาที่ดีที่สุดสำหรับการพยากรณ์อากาศและการเปลี่ยนแปลงด้าน

สีใหม่

ดอกไม้ที่มีหลายสีบานสะพรั่ง
ฤดูใบไม้ผลิได้มาถึงอัสสัมแล้ว
ฤดูบี่หู เทศกาลเต้นรำ
เสียงกลอง (dhool-pepa) ทำลายความเงียบยามเที่ยงคืน
คู่รักพบกันที่ใต้ต้นพีเพิลด้วยความยินดี
ไม่มีความเกลียดชัง ไม่มีความขัดแย้ง ไม่มีการแบ่งแยกสีผิว ชนชั้น ลัทธิ หรือศาสนา
ทุกคนอยู่ในอารมณ์รื่นเริงโดยไม่มีการแบ่งแยกทางสังคม
เด็กและวัยรุ่นสวมเสื้อผ้าใหม่เล่นและกระโดด
คุณยายยังมีส่วนร่วมในการเต้นรำอีกด้วย
แม้แต่ใน Kaziranga ลูกแรดก็วิ่งมาที่นี่และได้ยินเสียงกลองตี

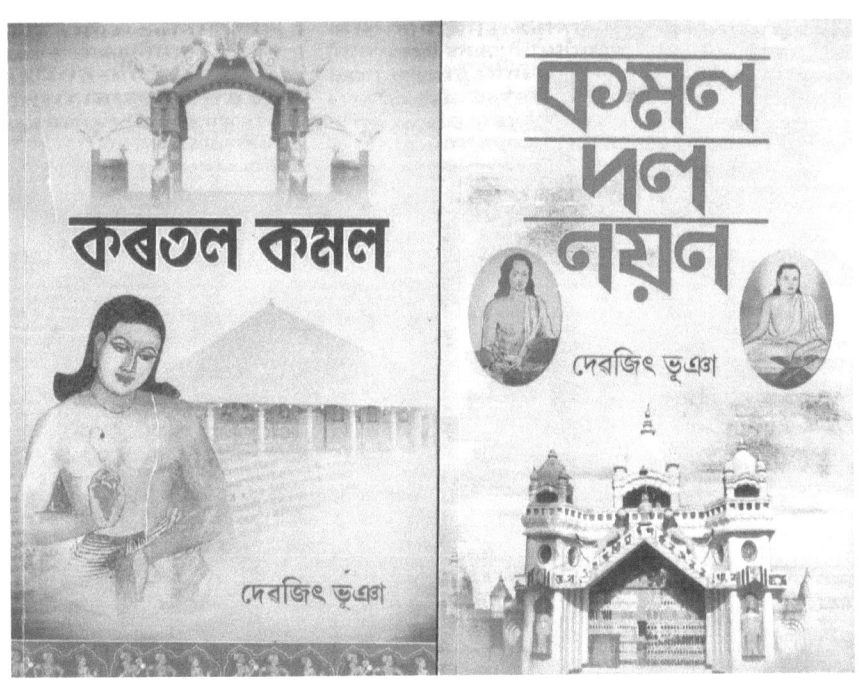

เจอกันชาติหน้า.

ไม่มีใครรู้ว่าชีวิตหลังความตายมีอยู่ในโลกอื่นหรือไม่
การมีอยู่ของจิตวิญญาณอมตะอาจเป็นเพียงตำนาน ไม่ใช่ความจริง
แล้วทำไมจะรอชาติหน้ามารักใครสักคนบอกว่าฉันรักเธอ
ความรักและเพลิดเพลินไปกับความสวยงามของความรักในชีวิตนี้นั่นเอง
อย่าเก็บสิ่งใดไว้รอสำหรับชีวิตในจินตนาการครั้งต่อไป
ความสุขและความรักของคุณจะเพิ่มขึ้นเป็นสองเท่าหากมีชีวิตอยู่อีกด้านหนึ่ง
แน่นอนว่าโลกคู่ขนานนิยามชีวิตจะกว้างไกล
แต่ขอให้เพลิดเพลินไปกับสายรุ้งแห่งความรักและความงดงามของชีวิตในวันนี้
พรุ่งนี้ ปีหน้า ชาติหน้าอาจมีหรือไม่มีก็ได้ใครจะรู้?

การกลั่นแกล้ง

อย่ารังแกเพื่อนหรือใครก็ตาม
มันจะนำมาซึ่งความเกลียดชังและการทะเลาะวิวาท
ความรักและความสัมพันธ์จะหายไปตลอดกาล
ผู้คนจะหลีกเลี่ยงคุณเพราะนิสัยชอบทะเลาะวิวาท
ความเจริญและความสบายใจจะหายไปพร้อมกับการกลั่นแกล้ง
แทนที่จะกลั่นแกล้ง ความอดทนและการร้องไห้จะดีกว่า
พระเจ้าจะส่งคนมาเช็ดน้ำตาให้คุณ

นักบวช

ทุกวันนี้แม้แต่นักบวชก็ไม่ซื่อสัตย์และมีจริยธรรม
พวกเขาไม่เคยเดินตามเส้นทางแห่งความจริงและความซื่อสัตย์
นักบวชกำลังหลอกลวงผู้คนในนามของศาสนา
การปฏิรูปศาสนาและการเข้ามาของคนดีคือทางออก
นักบวชแบ่งแยกผู้คนและยุยงให้ต่อสู้กัน
ผู้คนเข้าวางใจพวกเขาในฐานะพระผู้ช่วยให้รอดและเป็นพ่อทูนหัว
คนกลางกำลังทำลายหลักคำสอนทางศาสนาที่แท้จริง
เพราะมันช่วยให้พวกเขาเพิ่มรายได้
พระสงฆ์อำพรางศาสนาและทำให้สกปรก
พวกเขาเฉลิมฉลองงานปาร์ตี้ด้วยไวน์ ความมั่งคั่ง และผู้หญิง
คำสอนของพระเยซูยังคงถูกต้องและเรียบง่าย
ในศาสนา คนกลางมีแต่จะสร้างปัญหาเท่านั้น

ให้พระอาทิตย์ขึ้น

ทุกครั้งที่ผู้คนเดินขบวนไปข้างหน้าเป็นพันคน
เสียงการเดินขบวนดูเหมือนเป็นสัมผัส
ผู้นำจัดตั้งพรรคการเมืองใหม่เพื่อผลประโยชน์ของตนเอง
อำนาจถูกยึดโดยการลงคะแนนเสียงด้วยคำมั่นสัญญาอันเป็นเท็จ
แต่ปัญหาของมวลชนก็ยังเหมือนเดิม
ความปั่นป่วนและการระดมมวลชนถือเป็นเกมการเมืองเสมอ
ผู้นำรู้ดีว่าพวกเขาจะเป็นผู้ปกครองหากได้รับชื่อเสียง
ผู้นำมาและผู้นำไป และผู้คนก็ยืนอยู่ข้างหลังพวกเขา
กำลังจะเปลี่ยนจากกลุ่มหนึ่งไปอีกกลุ่มหนึ่งเป็นวงจร
แต่คนยากจนก็ยังคงยากจนและประสบปัญหาอยู่เสมอ

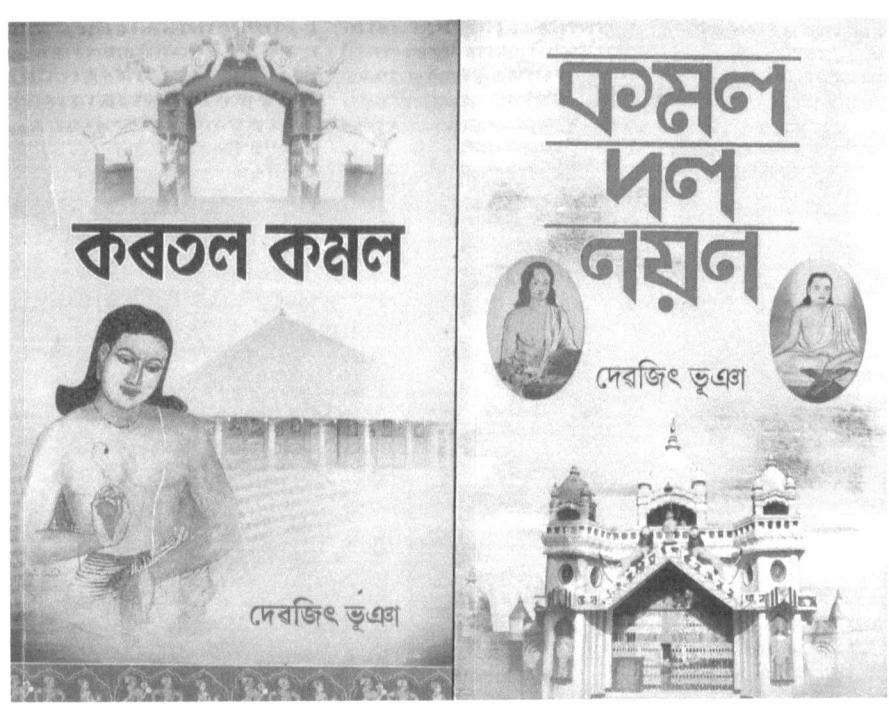

ภารตะ รีบหน่อยสิ

รีบหน่อย รีบหน่อย
อย่าลื่นไถลบนถนน
อย่าล้มลงใต้ต้นไม้
มีผึ้งจำนวนมากบินอยู่ที่นั่น
ต้นไม้ใหญ่เป็นรังของต้นไม้
ในเมืองต่างๆ คุณจะไม่พบพวกเขา
ผู้คนตัดต้นไม้ทั้งหมดเพื่อสร้างบ้าน
เมืองต่างๆ เต็มไปด้วยคอนกรีต มลภาวะ และรถยนต์
จากมลภาวะผึ้งมักจะอยู่ห่างไกล
อารยธรรมไม่มีทางเลือกอื่นนอกจากเมือง
ทุกคนจึงรีบเร่งเพื่อตั้งถิ่นฐานที่นั่น

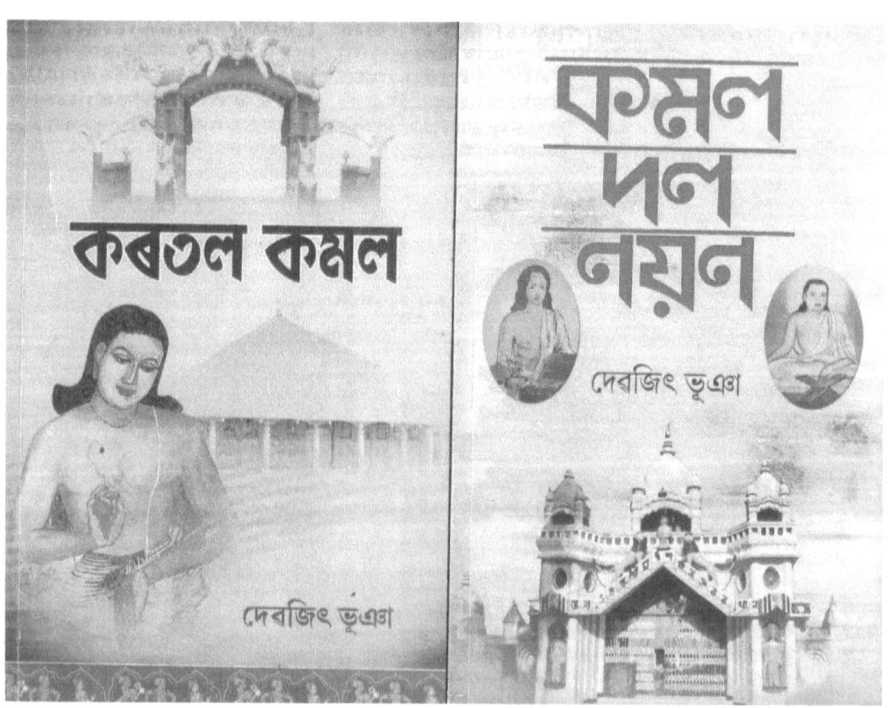

รักทั้งหมด

รักทุกคน รักทุกคน รักทุกคน
เกลียดใครในความโลภเพื่อเงิน
ในโลกนี้ความรักคือน้ำผึ้งที่แท้จริง
เมื่อได้รับความรักชีวิตก็ประสบความสำเร็จ
โลกก็จะเป็นเหมือนสวรรค์
เงินทองอาจผุพังไปตามกาลเวลา
แต่ตราบจนความตาย ความรักอันไม่มีเงื่อนไขจะหลั่งไหล
เหมือนหยดน้ำบนใบไม้คุณจะเปล่งประกาย
ในช่วงเวลาออกเดินทางเงินจะไม่ร้องไห้
คนที่รักคุณทั้งน้ำตาจะกล่าวคำอำลา

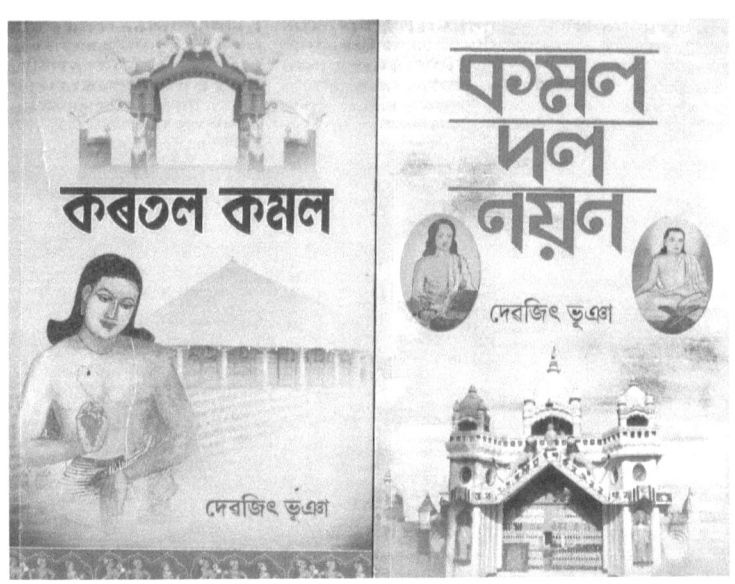

ทอม คุณเริ่มทำงานได้แล้ว

ทอม คุณเริ่มทำงานและสนใจเรื่องธุรกิจของคุณ
ไม่มีใครจะให้อาหารฟรีแก่คุณตลอดไป
เอาเลื่อยและค้อนในมือของคุณ
โอกาสในโลกนี้ไม่มีทางขาดแคลน
ผู้คนจากรัฐอื่นมีรายได้มากมายในรัฐอัสสัม
แต่คุณบอกว่าไม่มีโอกาสในประเทศของฉัน
คอมพิวเตอร์ Talke ปากกา และหนังสือในมือของคุณ หรือแค่ปลูกต้นไม้ก็ได้
วันหนึ่งต้นไม้เหล่านั้นจะให้ผลแก่คุณ ชีวิตจะปราศจากความตึงเครียด

ในเวลาแห่งความตาย

ในเวลาที่คุณออกเดินทางครั้งสุดท้าย
เงินจะไม่ใช่เพื่อนของคุณ
บ้านสวยของคุณจะไม่ติดตามคุณไป
สินค้าอันเป็นที่รักที่คุณรวบรวมไว้จะยังคงกระจัดกระจาย
ไม่มีชีวิตใดในโลกนี้ที่จะอยู่อีกฟากหนึ่งหลังความตาย
ศพเนื้อและกระดูกจะอยู่ใต้หลุมศพ
หากคุณไม่เคยช่วยเหลือใครในวันที่เลวร้ายเมื่อคุณยังมีชีวิตอยู่
บนหลุมศพของคุณไม่มีใครถวายดอกไม้หลังจากที่คุณเสียชีวิต
ในขณะที่มีชีวิตอยู่จงมีเมตตา มีน้ำใจ และช่วยเหลือผู้อื่น
รักผู้คนในช่วงเวลาที่เจ็บปวดและทุกข์ใจ
แม้หลังจากความตาย ความทรงจำของคุณก็ยังก้าวหน้า

นกกระจอกบ้าน

รักนกน้อยที่อาศัยอยู่ใกล้บ้านของคุณ
สหายของมนุษย์มาช้านาน
ส่วนหนึ่งของประวัติความก้าวหน้าของโฮโมเซเปียนส์
ไม่เคยทอดทิ้งมนุษย์ในระหว่างการเดินทางที่ยาวนานหมื่นปี
แต่ขณะนี้พวกเขาตกอยู่ในอันตรายในเมืองและในหมู่บ้าน
ป่าคอนกรีตทำลายถิ่นที่อยู่ของมัน
รักนกน้อยตัวนี้และช่วยให้พวกมันไม่สูญพันธุ์
มิฉะนั้น มนุษยชาติจะสูญเสียเพื่อนร่วมเดินทางไปคนหนึ่ง

แวววาวของเงิน

ผู้คนนับล้านอยู่ในความอดอยาก
แต่การสิ้นเปลืองอาหารยังคงดำเนินต่อไป
คนรวยใช้อำนาจเงินเปลืองมากขึ้น
เพื่อความหรูหราและงานอดิเรก พวกเขาปล่อยคาร์บอนมากขึ้น
คนยากจนที่หิวโหยจะมีส่วนร่วมในการแก้ไขปัญหาคาร์บอนเป็นศูนย์ได้อย่างไร
เมืองใหญ่ที่พัฒนาแล้วแห่งหนึ่งปล่อยก๊าซคาร์บอนมากกว่าประเทศที่ยากจน
การเผื่อการปล่อยก๊าซคาร์บอนอย่างเท่าเทียมกันคือทางออกเดียวเท่านั้น
ในไม่ช้าการเปลี่ยนแปลงสภาพภูมิอากาศและภาวะโลกร้อนจะคร่าชีวิตผู้คน
แม้แต่คนที่รวยที่สุดก็ยังตกเป็นเหยื่อและตกต่ำ

พร้อมที่จะทำงาน

แม้ว่าคุณจะอธิษฐานต่อพระเจ้าอย่างจริงใจก็ตาม
ทั้งพระเจ้าและใครก็ตามจะไม่มาทำงานของคุณ
เลิกเข้าใจผิดว่าการอธิษฐานเพียงอย่างเดียวก็เพียงพอแล้ว
พร้อมที่จะทำงานของคุณให้มีประสิทธิภาพ
ถ้าจำเป็นก็สร้างถนนและสะพานเองไม่ต้องรอใคร
ว่ายน้ำข้ามแม่น้ำและมหาสมุทร และอย่ารอให้พระเจ้าส่งเรือ
เมื่อคุณเริ่มทำ คนก็จะร่วมมือ และมือช่วยเหลือจะตามมา
ทีมจะพัฒนาและคุณจะเป็นผู้นำ
แต่ถ้าไม่มีงานทำ จะไม่มีใครให้หมวกหรือขนนกแก่คุณ

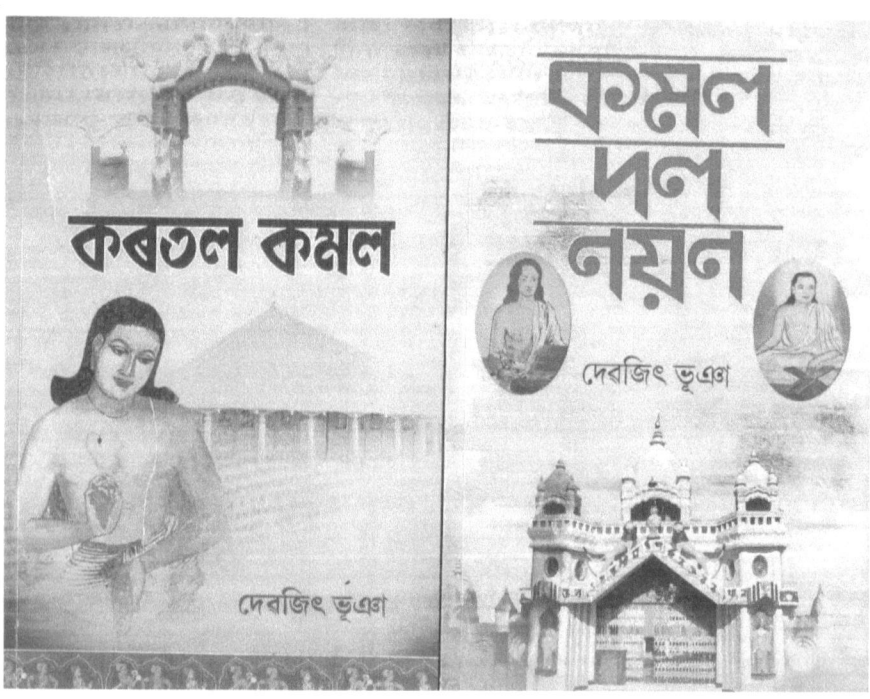

ชีวิตที่ประสบความสำเร็จ

ชีวิตจะไม่ประสบความสำเร็จด้วยอำนาจเงินเท่านั้น
ชีวิตจะไม่ประสบความสำเร็จด้วยการอธิษฐานเท่านั้น
แม้แต่การทำงานหนักเพียงอย่างเดียวก็ไม่สามารถให้ความสำเร็จได้
ชีวิตจะไม่ประสบความสำเร็จเพียงผ่านความสัมพันธ์เท่านั้น
ชีวิตจะไม่ประสบความสำเร็จผ่านทางงานเขียนของคุณ
ชีวิตจะไม่ประสบความสำเร็จจากการมีลูกหลานมากขึ้น
ชีวิตจะประสบความสำเร็จได้ด้วยความพากเพียรบนเส้นทางแห่งความรัก
และงานอันมีน้ำใจต่อมนุษยชาติและมนุษยชาติ

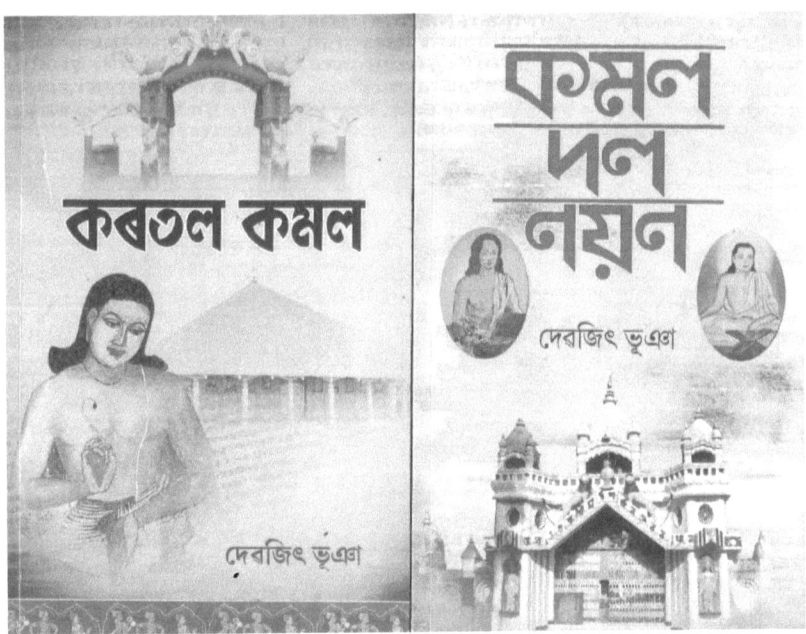

อัสสัมทอง

อัสสัมเป็นเหมือนทองคำสุกใส
ธรรมชาติที่สวยงามทุกวันเผยออกมา
แต่อัสสัมยังล้าหลังและด้อยพัฒนา
ในช่วงฤดูร้อน รัฐอัสสัมจะจมอยู่ใต้น้ำ
เป็นเวลาหลายร้อยปีที่ผู้คนพูดถึงเรื่องนี้
แต่ปัญหาน้ำท่วมยังไม่ได้รับการแก้ไข
คนทุจริตดูดเงินประชาชน
การเดินทางของผู้ชายทั่วไปยังคงน่าเบื่อหน่าย
โอ้คนรุ่นใหม่จงสามัคคีและก้าวไปข้างหน้า
ลงโทษนักการเมืองที่ทุจริตและให้รางวัลอัสสัม

เทียน

เทียนให้แสงสว่างแก่หลุมศพ
มันทำให้ความทรงจำของคนตายในขณะที่ถูกไฟไหม้
ผู้คนจำโรคได้ปีละครั้ง
อธิษฐานต่อผู้ทรงอำนาจด้วยแสงเทียน
หลุมศพไม่ได้เป็นเพียงสถานที่สำหรับทิ้งศพเท่านั้น
มันคือจุดหมายปลายทางสุดท้ายของมิตร ศัตรู หรือศัตรูทุกคน
แสงเทียนควรให้ความกระจ่างแก่ทุกคนในขณะที่ยังมีชีวิตอยู่
ขณะจุดเทียน จุดหมายปลายทางสุดท้ายจะจดจำเสมอ

อาณาจักรอวัดห์

ครั้งหนึ่งเคยเป็นอาณาจักรอันรุ่งโรจน์ในอินเดีย
พระเจ้าพระรามทรงสถาปนาหลักนิติธรรมขึ้น
ไม่มีอาชญากรรม ไม่มีความกลัว ไม่มีการระงับเสียงที่ไม่เห็นด้วย
แม้แต่นางสีดาและพระลักษมณ์ก็ถูกเนรเทศ
ชีวิตใน Awadh นั้นบริสุทธิ์และเรียบง่าย
แต่อาณาจักรที่เจริญรุ่งเรืองไม่สามารถทนต่อการเปลี่ยนแปลงได้
ปัจจุบันเหลือเพียงประวัติศาสตร์และอนุสาวรีย์ที่ผุพังเท่านั้น
ด้วยวัดพระรามแห่งใหม่ ความรุ่งโรจน์ที่หายไปก็ฟื้นคืนชีพขึ้นมาอีกครั้ง

กำมะหยี่

สัมผัสของกำมะหยี่นั้นอ่อนโยนและนุ่มนวลมาก
ราวกับเป็นการผสมผสานที่นุ่มนวลของฝ้ายจากธรรมชาติ
ดูงดงามและน่าทึ่งด้วยสีสันที่แตกต่าง
เสื้อผ้ากำมะหยี่ครั้งหนึ่งถือเป็นราชินีแห่งเสื้อผ้า
ความรุ่งโรจน์ของกำมะหยี่แม้จะจางหายไปก็ยังคงอยู่
เสน่ห์ของกำมะหยี่แม้ตอนนี้ผู้คนก็อดใจไม่ไหว

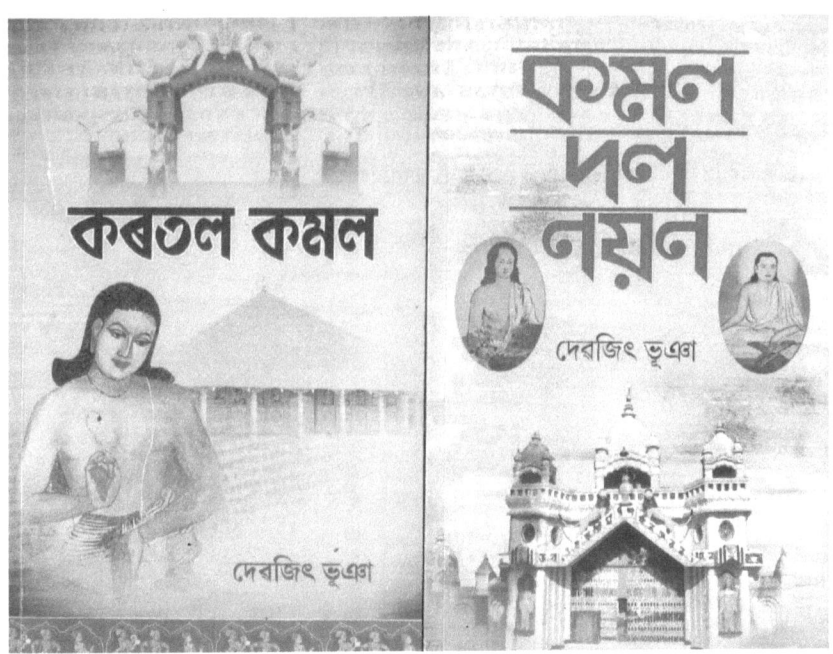

ดวงจันทร์

ดวงจันทร์มักปรากฏขึ้นและหายไปตามเส้นทางการโคจรของมัน
เมื่อพระจันทร์หายไปในยามเช้า นกก็เริ่มร้องเพลง
ผู้คนถือศีลอดเพื่อดูการปฏิวัติของดวงจันทร์
เมื่อถูกพิจารณาว่าเป็นพระเจ้า มนุษย์ก็ร่อนลงบนพื้นผิวไปด้านหลัง
ขณะนี้ผู้คนกำลังแข่งขันกันเพื่อตั้งอาณานิคมดวงจันทร์ผ่านเทคโนโลยี
ดวงจันทร์ได้ส่งผลกระทบต่อโลกตั้งแต่แรกเกิดในฐานะดาวเทียม
น้ำขึ้นน้ำลงเป็นผลจากแรงโน้มถ่วงของดวงจันทร์
อีกไม่นานอาณานิคมของมนุษย์ก็จะไปอยู่บนดวงจันทร์และความขัดแย้งของประชาชาติ
ตำนานที่ว่าชีวิตมีอยู่บนดวงจันทร์นั้นเกิดขึ้นแตกต่างออกไป
แต่การทำลายธรรมชาติแบบที่ดวงจันทร์มีอยู่ตอนนี้อาจเป็นอันตรายได้
หากไม่มีดวงจันทร์ ภูมิอากาศของโลกเราจะไม่เหมาะกับสิ่งมีชีวิต

กระต่าย

มีเมตตาต่อกระต่ายผู้ไร้เดียงสา
พวกเขาไม่แข็งแกร่งพอ
สัตว์ทุกตัวต้องการฆ่าพวกมัน
แต่มีขนสีขาวจึงถือเป็นความงามของป่า
ท่องไปที่นี่และที่นั่นด้วยความสนุกสนานและความสุข
ไม่เคยทำร้ายใครไม่ว่าด้วยเหตุผลใดก็ตาม
แต่เนื้ออันเอร็ดอร่อยของพวกมันนำศัตรูมาด้วย
มนุษย์ยังฆ่าพวกมันเพื่อความสนุกสนานและขนสัตว์
บางครั้งพวกเขาถูกบังคับให้อยู่ในคุก
พวกเขาไม่ชอบผู้ชายให้เหตุผล
มนุษย์ได้ทำลายถิ่นที่อยู่ตามธรรมชาติของพวกเขา
ตอนนี้การบันทึกพวกเขาจะเป็นคำชมเล็กน้อย

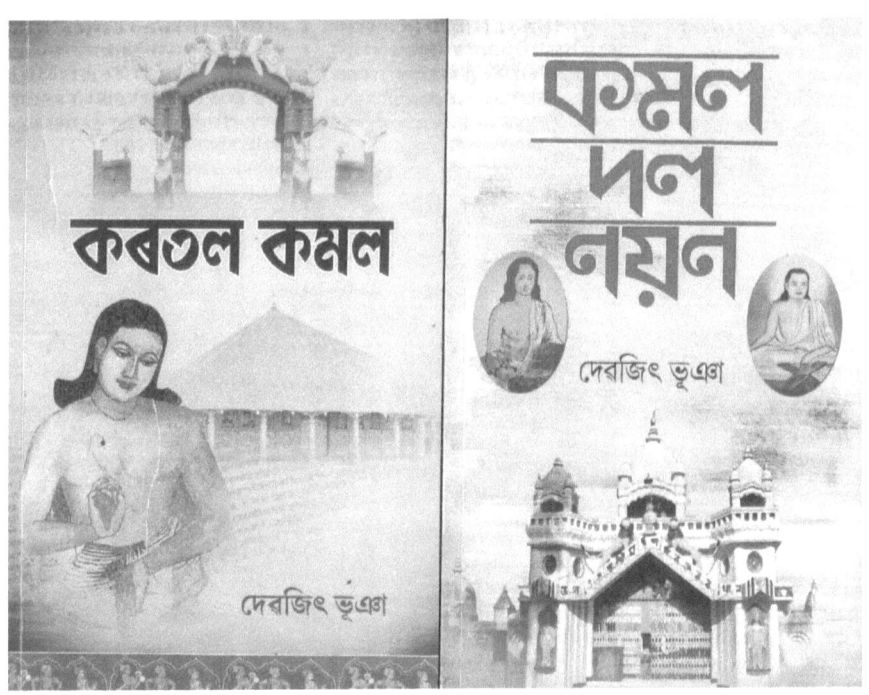

ทะเลาะ

เด็กน้อย อย่าทะเลาะกัน มันจะทำลายเกมของคุณ
ความโกรธจะปะทุขึ้นและไม่เล่นอีกต่อไปเป็นเวลาหลายสัปดาห์
ความโกรธเป็นสิ่งที่ไม่ดีนักในการเล่นอย่างสนุกสนาน
เก็บความโกรธและการทะเลาะวิวาทของคุณไว้ในขวด
ในดินแดน Sankardeva การทะเลาะวิวาทไม่มีที่
รักกันและเล่นอย่างสนุกสนานกับเพื่อนฝูง
เมื่อแก่ตัวลงสมัยนี้จะช่วยเลิกทะเลาะวิวาทได้
สังคมจะมีเหตุผลและปราศจากความรุนแรง

แรด การต่อสู้เพื่อเอาชีวิตรอด

แรดอย่ากลัวนักล่า
ตระหนักดีว่าคุณแข็งแกร่งแค่ไหนด้วยเขา
ต่อสู้กับมนุษย์เพื่อความอยู่รอด
เอากวาง ช้าง เป็นเพื่อนไปด้วย
ผูกมิตรกับราชาโคบร้าด้วย
ร่วมกันเป็นผู้กอบกู้ Kaziranga
Kaziranga เป็นดินแดนของคุณมาตั้งแต่สมัยโบราณ
นกอินทรีและควายป่าจะอยู่ในทีมของคุณด้วย
อย่าเป็นเหมือนงูเหลือมที่นอนอยู่คนเดียวตลอดเวลา
คุณคือผู้นำของสัตว์ใน Kazinga การต่อสู้
วันหนึ่งความรู้สึกดีๆ จะมีชัยเหนือมนุษย์
คุณจะชนะการแข่งขันเพื่อความอยู่รอดกับสัตว์ทุกชนิด

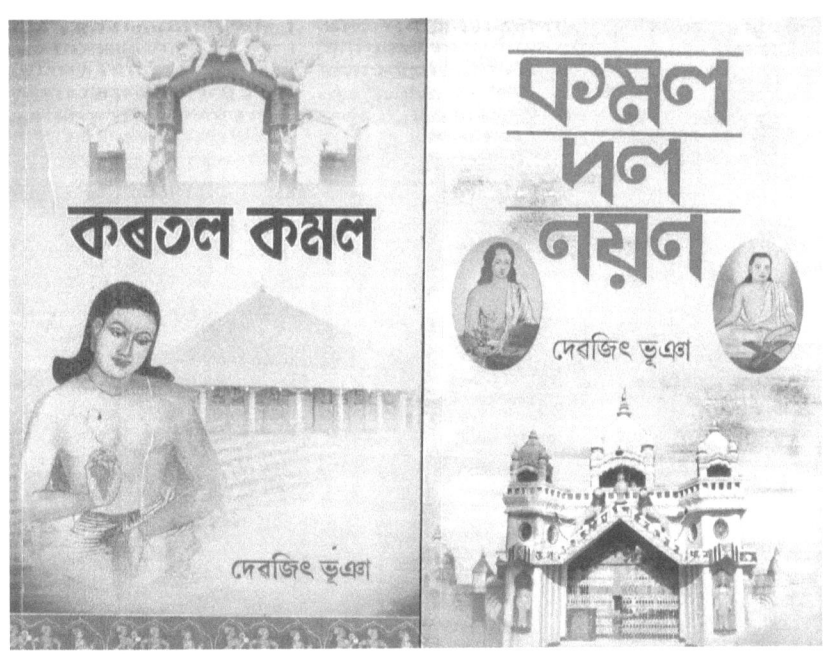

คลื่นแห่งแม่น้ำ

บางครั้งกระแสน้ำก็กลายเป็นคลื่น
น้ำไหลเร็วสู่ที่ราบเหมือนน้ำท่วม
ซิกแซกกลายเป็นเส้นทางของแม่น้ำ
ถนน บ้าน พืชผล ทุกอย่างอยู่ใต้น้ำ
ชั้นโคลนและทรายทำลายบ้านเรือน
แต่หญ้าเขียวขจีกลับเติบโตอีกครั้งหลังน้ำท่วม
ราวกับว่าทุ่งหญ้าเชิญชวนให้น้ำท่วมเพื่อการฟื้นฟู

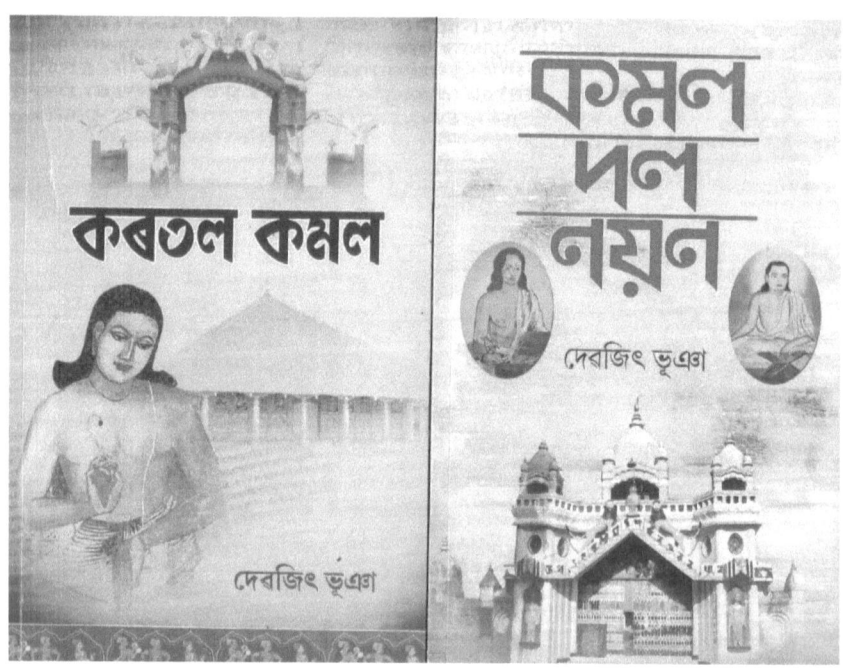

ยุง

เกิดในแหล่งน้ำปิด
เสียงเหมือนผึ้งน้อย
โลภเลือดมนุษย์อยู่เสมอ
แม้ว่าชีวิตจะสั้นและสั้นนักก็ตาม
ในช่วงฤดูร้อนจะผสมพันธุ์เหมือนหญ้าป่า
นำไข้และโรคอื่นๆ มาสู่มนุษย์
เมืองกูวาฮาติของรัฐอัสสัมเป็นเมกกะสำหรับยุง

โหราจารย์

นักโหราศาสตร์ไม่ได้เป็นตัวแทนของพระเจ้า
ส่วนใหญ่แล้วการคาดการณ์จะผิดพลาด
การคำนวณของนักโหราศาสตร์ที่เรียกว่าเป็นการฉ้อโกง
พวกเขาหลอกลวงผู้คนและหาเงินเพื่อผลประโยชน์ของตัวเอง
แต่คนทั่วไปเชื่อว่าการแก่ชราจนทำให้ศรัทธามืดบอด
ด้วยเงินที่มากขึ้น พวกเขาพูดจาไพเราะและทำนายได้ดีขึ้น
แต่หากไม่มีเงิน พวกเขาจะกำหนดข้อจำกัดมากเกินไป

อายุหกสิบ

เมื่ออายุหกสิบ คุณจะไม่สามารถวิ่งเหมือนตอนอายุยี่สิบได้
ร่างกายจะอ่อนแอ เปราะ และกระดูกจะเปราะบาง
รอยแตกหรือความเสียหายของกระดูกไม่เคยหายเร็วนัก
แม้ว่าจิตใจของคุณอาจจะยังเด็กเท่าวัยรุ่นหรือวัยรุ่นก็ตาม
แต่หลังจากทำงานไปสักระยะ ร่างกายของคุณก็จะอยากพักผ่อน
ยอมรับว่าคุณไม่สามารถวิ่งได้เร็วเท่ากับสมัยเรียนมหาวิทยาลัย
แม้แต่เบี้ยประกันภัยเพิ่มเติม บริษัทประกันภัยก็ไม่เต็มใจ
ดูแลสุขภาพและหัวใจของคุณในวัยหกสิบบวก
หากไม่มีการออกกำลังกายและเดินเร็วเกินไปคุณจะเกิดสนิม

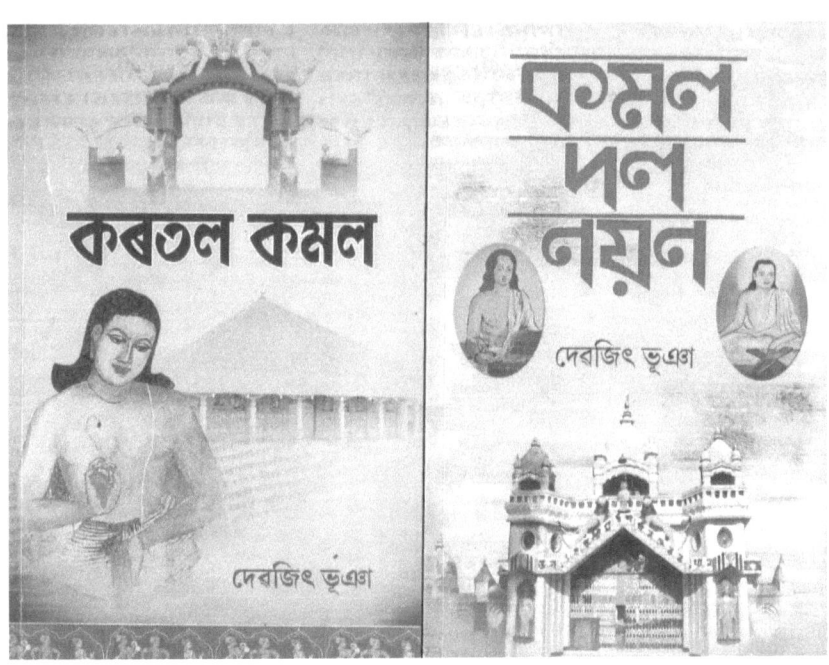

คุณแม่ที่ไม่เน่าเปื่อย

คนจะมาและคนจะไป
ใจจะเปลี่ยนไปทุกขณะ
บางครั้งคนจะสรรเสริญ
บางครั้งผู้คนจะปฏิเสธ
บางครั้งผู้คนก็จะเฉยเมย
แต่ก็เหมือนกับภูเขาและภูเขา
แม่จะอยู่กับคุณเสมอ
ความรักที่เธอมีต่อเด็กนั้นไม่เป็นที่น่าสงสัย
นั่นคือเหตุผลที่ว่าทำไมวิวัฒนาการจึงดำเนินต่อไป
และอารยธรรมมนุษย์ของเราก็มีอยู่เรื่อยๆ

อัสสัมที่รัก

อัสสัมเป็นสถานที่อันเป็นที่รักของเรา
เราจำได้เสมอแม้กระทั่งในต่างประเทศ
ทุกวันเราคิดถึงการกลับมา
ผลไม้ที่นี่มีความหลากหลายและชุ่มฉ่ำ
สภาพอากาศปานกลางดีเกินกว่าจะรู้สึกได้
นานาพันธุ์ที่มีความหลากหลายทางชีวภาพอันเป็นเอกลักษณ์
แรดเขาเดียวและสัตว์เสริมความเจริญรุ่งเรือง
ผู้คนเป็นคนเรียบง่ายและไม่โลภทรัพย์สมบัติ
มาตุภูมิอัสสัมคือจุดแข็งที่แท้จริงของเรา

บาล์มแห่งความรัก

ยาหม่องสามารถรักษาอาการคันจากพยาธิตัวกลมได้
เราเอายาหม่องไปกำจัดทุกข์ต่างๆ
แต่ในความเจ็บปวดทางจิตใจ ความรักเป็นเพียงยารักษาเท่านั้น
รักษาความเจ็บปวดทางจิตใจของใครบางคนด้วยความรักและความห่วงใย
มันจะสร้างความสุขให้กับจิตใจของคุณเอง
ไสยศาสตร์ไม่สามารถรักษาความเจ็บป่วยทางร่างกายและจิตใจได้
นอแรดหรือฟันเสือไม่มีเวทย์มนตร์ในการรักษา
 พวกเขาเป็นสิ่งมีชีวิตที่ไร้เดียงสาและมีความงาม
การฆ่าแรดเพื่อรักษาเป็นเพียงความบ้าคลั่งเท่านั้น
รักทุกสิ่งที่พระเจ้าทรงสร้างด้วยความเมตตา

ข้อมูลบ้านและครอบครัว

จิตใจของผู้คนจำนวนมากยังคงเศร้าและหดหู่
สถานการณ์หน้าบ้านทุกวันนี้ไม่ดีและเรียบง่าย
ความสัมพันธ์นั้นซับซ้อนเกินไปสำหรับทำให้บ้านแสนหวาน
เมื่อบ้านของเราเองไม่อยู่ในสภาพที่ดีและไม่กลมกลืนกัน
เราจะคิดถึงความสามัคคีในเมืองและประเทศได้อย่างไร?
ทุกคนต้องทำงานเพื่อสภาพแวดล้อมภายในบ้านที่เอื้ออำนวย
ทิ้งอัตตาและความซับซ้อนที่เหนือกว่าที่ผิดพลาดภายในบ้าน
การเปลี่ยนบ้าน ความรัก ความหลงใหล และทัศนคติแบบปล่อยวางคือหนทาง
เมื่อหน้าบ้านมาถูกทาง ประเทศชาติก็จะแกว่งไปแกว่งมาเช่นกัน

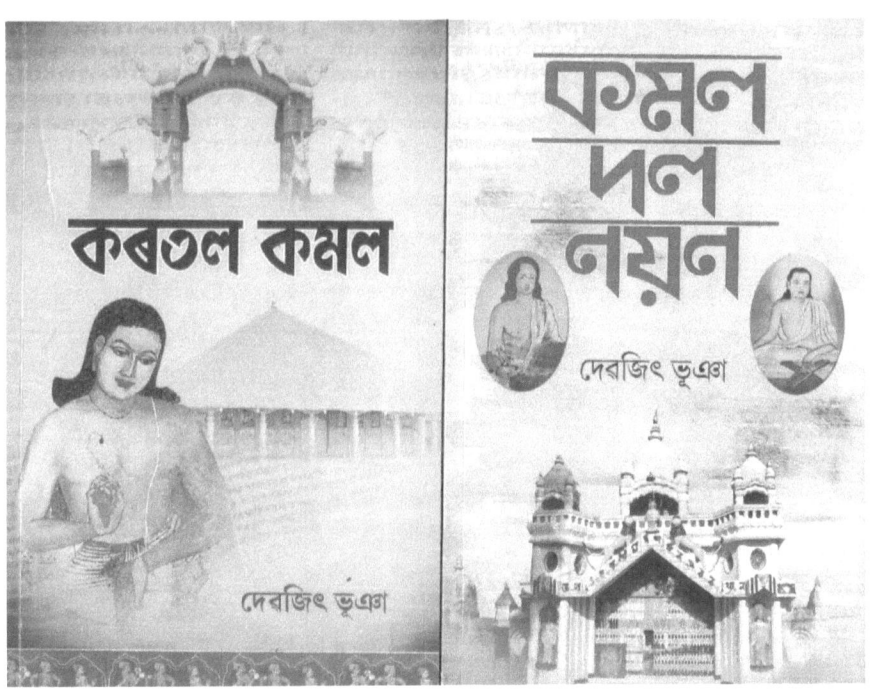

เงินได้มาจากการทำงานหนัก

เงินไม่เคยเติบโตในทุ่งนาหรือบนต้นไม้
แต่การเพาะปลูกก็สามารถสร้างรายได้ได้
เงินที่นำมาเป็นเงินกู้จะต้องคืน
นั่นไม่ใช่เงินที่ได้มาอย่างยากลำบากของคุณเอง
เงินที่ได้จากการทำงานหนักเป็นเพียงน้ำผึ้งเท่านั้น
อย่าเสียเวลาคิดว่าเงินจะมาได้อย่างไร
หากเดินถูกทางก็จะพบเงินทุกที่
แต่ถึงจะเก็บเงินได้ก็ยังต้องทำงานหนัก
เส้นทางสู่เงินมักเต็มไปด้วยอุปสรรคและหนามแหลมเสมอ
ดังนั้นอย่าเสียเวลา เวลาคือเงิน และการจะมีเงินต้องใช้เวลา

เทวจิต ภูยาน

กระทิง

วัวเริ่มไถเพื่อมนุษย์และอารยธรรมเปลี่ยนไป
แต่วัวใช้เวลาเพียงส่วนแบ่งขั้นต่ำในการเพาะปลูกเท่านั้น
แต่ไม่มีการบ่นหรือไม่พอใจเนื่องจากสติปัญญาน้อยกว่ามนุษย์
ผู้คนถึงกับฆ่าวัวในช่วงเทศกาลเพื่อเอาเนื้อ
วัวเป็นลูกของพระเจ้าผู้เล็กและไร้อำนาจ
จะเกิดอะไรขึ้นหากเราปฏิบัติต่อพวกเขาอย่างมีจริยธรรม?
ในความก้าวหน้าของอารยธรรมมนุษย์ การมีส่วนร่วมของพวกเขามีมากมาย

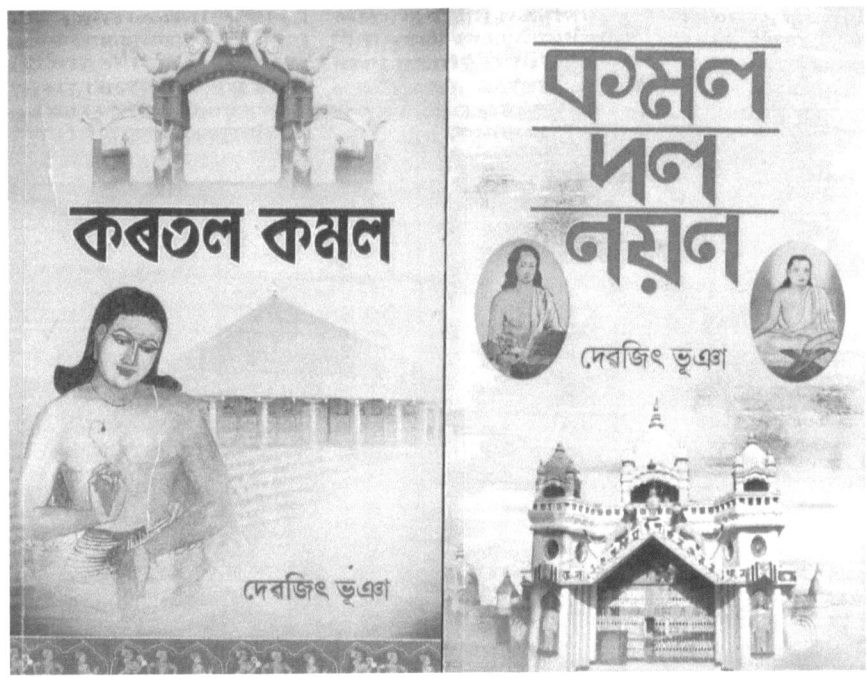

ความโกรธ

ความโกรธคือศัตรูตัวฉกาจที่สุดของเรา
ด้วยความโกรธผู้คนจึงฆ่าคนใกล้ตัวและที่รัก
ครอบครัว บ้านเมือง ถูกทำลาย
ในช่วงเวลาอันร้อนแรง เหตุการณ์ใหญ่ๆ ก็เกิดขึ้น
และความทุกข์ก็ดำเนินไปตลอดชีวิต
ควบคุมความโกรธของคุณทุกวันและทุกช่วงเวลา
ผลประโยชน์จะมหาศาลและประเมินค่าไม่ได้
คุณจะเริ่มรักทุกคนและทุกคนจะรักคุณ
ดอกไม้นับพันจะบานสะพรั่งด้วยสายรุ้ง

เป่าร้อนเป่าเย็น

บางครั้งก็ร้อนจัด ถ้ามีเวลาก็เป่าเย็น
การจะประสบความสำเร็จในชีวิตถือเป็นกฎสำคัญ
หากคุณร้อนเกินไป จุดประสงค์ของคุณจะไม่บรรลุผล
ถ้าเย็นเกินไปคนก็จะเอาเปรียบ
ในการพูดให้สุภาพ แต่ถ้าจำเป็น ให้พูดจาแข็งกร้าว
ในทุกสถานการณ์ไม่จำเป็นต้องเกเรหรือหยาบคาย
เมื่อความผิดพลาดและความผิดเกิดขึ้นในส่วนของคุณ อย่าโกรธเลย
ไม่อย่างนั้นคนจะต้อนคุณเหมือนหิวเสือ
การตอบสนองตามสถานการณ์และสถานการณ์เป็นผลดีต่อชีวิต
จำไว้ต้องดูตลอด ถูกต้องเฉพาะกับเมียเท่านั้น

ความมีน้ำใจ

อย่ากลายเป็นนักรบในอัตตา
ในไม่ช้าผู้คนจะรู้จักทัศนคติที่จริงใจของคุณ
คนรักของคุณละลายเหมือนน้ำแข็ง
เป็นการดีกว่าที่จะมีเหตุมีผลและประพฤติตนอย่างสุภาพ
ทัศนคติที่ซื่อสัตย์จะกดคุณลง
ผู้คนจะโค่นมงกุฎที่ได้มาอย่างยากลำบากของคุณ
ทัศนคติที่ภาคภูมิใจจะขุดหลุมฝังความปรารถนาดีของคุณ
ภาษากายที่เสแสร้งของคุณจะผลักคุณออกจากยอดเขา

ความรักและความเสน่หาปีใหม่

รับความรักและความปรารถนาดีสำหรับปีใหม่
ต้องใช้สายรุ้งเจ็ดสี
สีของต้นไม้ก็เปลี่ยนไป
ในเทศกาลปี่หู ผู้คนแห่ซื้อเสื้อผ้าใหม่
ทุกคนกำลังเพลิดเพลินกับเทศกาลที่มีสีสันต่างกัน
แม้แต่วัวและวัวก็มีเชือกใหม่
บางคนปฏิเสธพระเจ้าเพื่ออนาคตที่ดีกว่า
ละทิ้งความเกลียดชัง ความริษยา และอัตตาในปีใหม่
ใต้ต้นตาลมีเสียงกลอง(โดล)
นักเต้นรุ่นเยาว์มีความสุขและร่าเริง
ในช่วงเทศกาลบีฮู รัฐอัสสัมจะมีอารมณ์รื่นเริง
แรดและนกในป่าก็มีความสุขและเต้นรำเช่นกัน
บรรยากาศในรัฐอัสสัมมีความรื่นเริงร่าเริงและสนุกสนาน

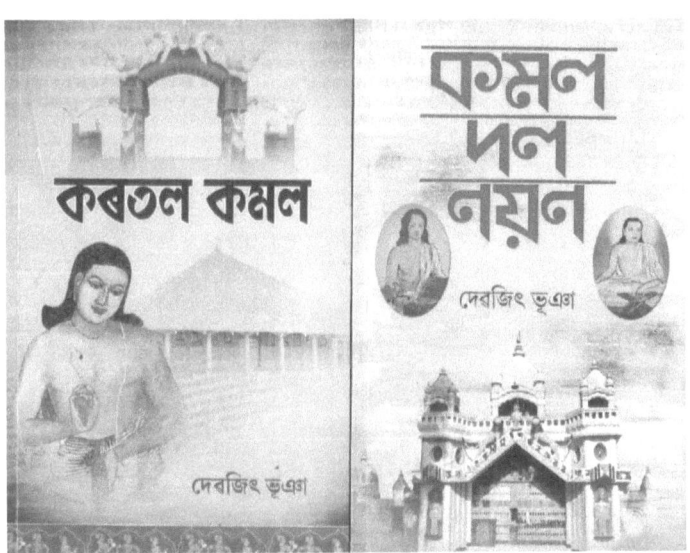

สภาพอากาศของรัฐอัสสัมในช่วงเดือนมีนาคม-เมษายน

อากาศจะดีและสวยงาม
เมฆขาวบินไปบนท้องฟ้าสีฟ้า
บนถนนยานพาหนะวิ่งเร็ว
เนื่องจากภาระงานหนัก ภาวันจึงไม่ได้กลับบ้าน
จิตใจของอิคอนมืดมนเพราะไม่มีปาวัน
เธอมองไปยังต้นดอกมะลิเครปที่บานสะพรั่ง
จิตใจของเธอเบิกบานเมื่อได้ยินเสียงกลอง (dool)
เธอวิ่งกับเพื่อนไปที่ทุ่งบีหู
ใต้ต้นพีเพิลต่างเต้นรำกัน
Bihu เป็นเส้นชีวิตของวัฒนธรรมอัสสัม
มีนาคม-เมษายนเป็นช่วงที่อากาศดี

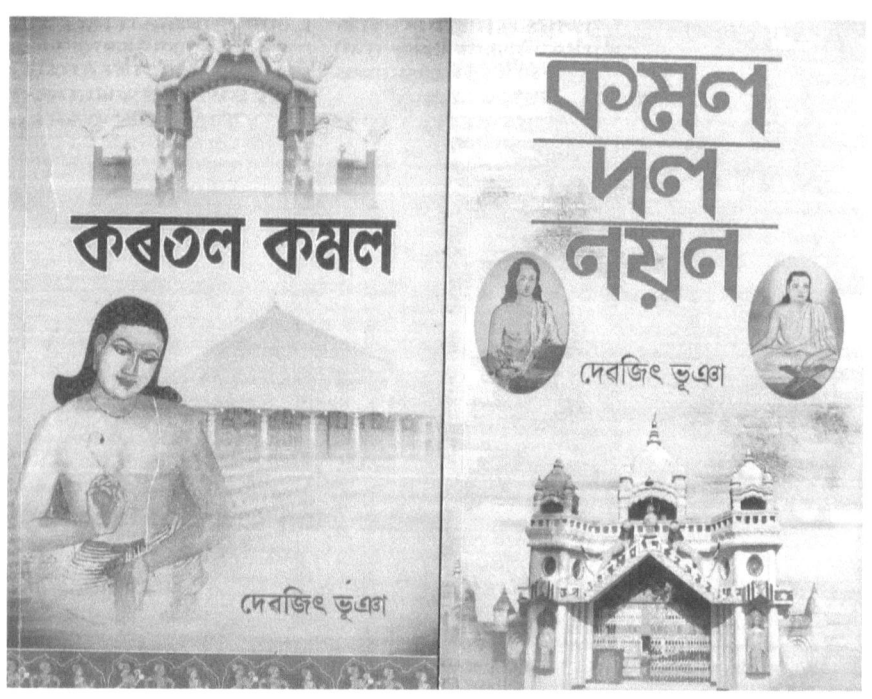

ความรักเดือนเมษายน

รับความรักของฉันในเดือนเมษายน ช่วงเวลาแห่งอารมณ์รื่นเริง
ฉันไม่สามารถให้เสื้อผ้าหรือเครื่องประดับราคาแพงแก่คุณได้
เงินในกระเป๋าของฉันไม่เต็ม
แต่หัวใจของฉันคือความรักและความเสน่หา
ความโลภทางถนนเต็มไปด้วยหนาม
แต่เส้นทางแห่งความรักอบอวลไปด้วยกลิ่นหอมอนันต์
เดือนเมษายนเป็นเดือนแห่งการซื้อของขวัญราคาแพงสำหรับคนรวย
สำหรับฉันมันเป็นเดือนแห่งการเผยแพร่ภราดรภาพและความรัก
ฉันอาจไม่สามารถให้ไวน์ราคาแพงหนึ่งขวดเป็นของขวัญแก่คุณได้
แต่ใจฉันว่างที่จะไปเยี่ยมเธอเพื่อกอด
สำหรับฉันไม่มีของขวัญใดที่สำคัญหรือมีราคาแพงกว่าใบหน้าที่มีความสุขของคุณ
เมื่อคุณกอดฉันและยิ้มอย่างมีความสุข โลกทั้งใบก็เป็นของฉัน

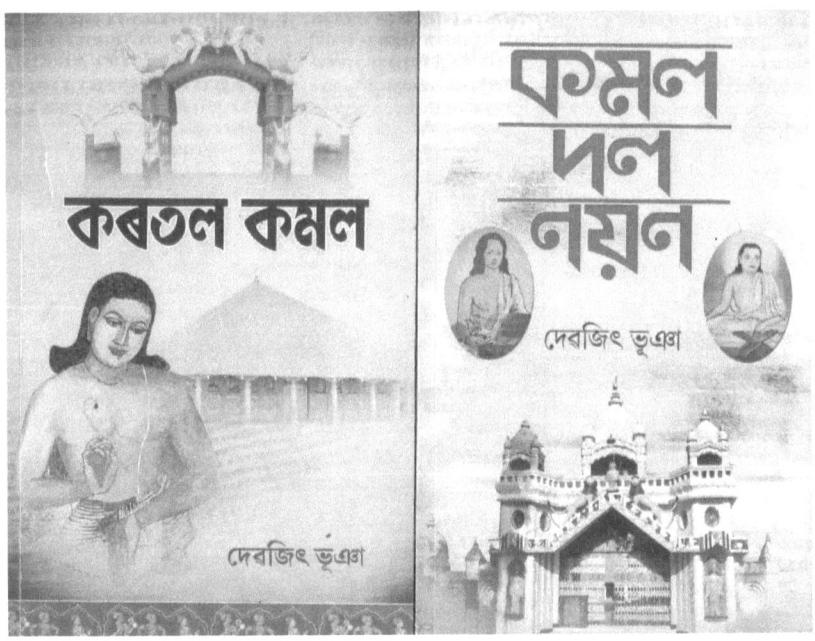

โลกที่แปลกประหลาด

นี่คือโลกที่แปลก
คนรวยก็รวยเกินไป คนจนก็ปากต่อปาก
ไม่มีอะไรไปทางทิศตะวันออกและมีบ้านให้นอน
ไม่มีใครใส่ใจเรื่องความทุกข์ยากของคนจน
รถหรูจอดใกล้สถานเสริมความงาม
เสียเงินหลายพันไปกับการสระผมและทำสีผม
แต่ไม่มีเงินแม้แต่บาทเดียวที่จะเก็บไว้ให้ขอทานที่นั่งอยู่บนถนน
นี่เป็นโลกที่แปลกประหลาดของมนุษย์สัตว์ชั้นสูงจริงๆ
ทุกช่วงเวลาที่ผู้คนยุ่งอยู่กับการทำเรื่องไร้สาระ
ในโลกนี้ยากมากที่จะหาเลี้ยงชีพด้วยความซื่อสัตย์
แต่เงินล้านดอลลาร์ได้มาจากการฉ้อโกงและหลอกลวงผู้คน
แต่สำหรับโลกที่ดีกว่า ความซื่อสัตย์ และความซื่อสัตย์นั้นเป็นเรื่องง่าย

ความรักของแม่

แม่แม่แม่ที่รัก
แม่แม่แม่ที่รัก
สวรรค์ก็ไม่เท่าแม่ด้วย
ความรักก็ไหลเหมือนแม่น้ำ
ไม่มีความรักใดจะบริสุทธิ์กว่าความรักของแม่
เธอให้อภัยทุกความผิดพลาดของลูกๆ ของเธอ
ดูแลแม้ว่าเธอจะป่วยและเหนื่อย
ในช่วงที่มีความทุกข์ ทุกคนจะเก็บขยะไว้ในอ้อมแขนของเธอ
การสัมผัสและจูบของเธอเป็นยาแก้ปวดที่ดีที่สุด
อย่าละเลยหรือทำให้แม่เจ็บปวดทางจิตใจ
เธอคือความเชื่อมโยงระหว่างมนุษยชาติและภราดรภาพ
อดีต ปัจจุบัน และอนาคตไหลผ่านในครรภ์มารดา
หากไม่มีแม่ เวลาและอารยธรรมจะหยุดลงพร้อมกับฟ้าร้องครั้งใหญ่

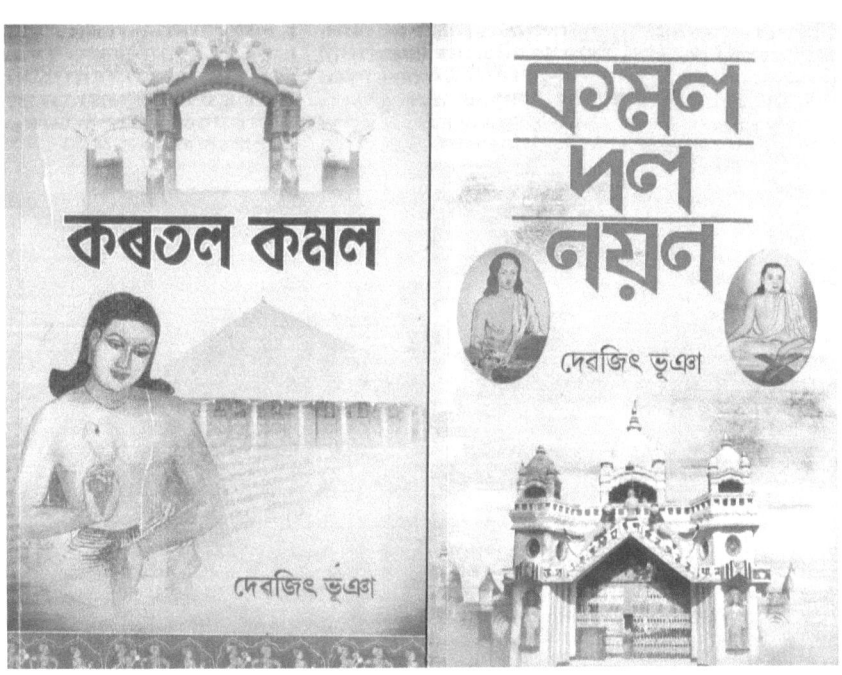

คลาวด์

สอน A-apple, B-ball, C-climate
อากาศเปลี่ยนแปลงเร็วมาก
ฝนตกหนักในเดือนมีนาคม
ฝนตกหนักทำให้งานฉลองเสียหาย
แม้แต่ในทะเลทรายที่มีฝนตกหนักก็สร้างความหายนะ
แต่สำหรับการเปลี่ยนแปลงสภาพภูมิอากาศ ผู้คนกลับเพิกเฉยต่อเรื่องนี้
เมฆระเบิดเกิดขึ้นบ่อยครั้ง
ในภูเขาและแผนการต่างๆ มันกำลังนำความทุกข์ยากมาให้
ทะเลทราย เนินเขา และที่ราบ ไม่มีใครรอดพ้นจากการเปลี่ยนแปลงสภาพภูมิอากาศ
ทิศทางมรสุมเริ่มไม่แน่นอน
และดินแดนอันอุดมสมบูรณ์กำลังทนทุกข์ทรมานและเจ็บปวด
เพื่อหยุดการเปลี่ยนแปลงสภาพภูมิอากาศควรเป็นวิสัยทัศน์หลักในขณะนี้

การใช้ในทางที่ผิด

ทรัพยากรในแผ่นดินแม่กำลังลดน้อยลง
แต่ประชากรโฮโมเซเปียนส์ก็เพิ่มขึ้น
อย่าใช้น้ำในทางที่ผิด อย่าใช้พลังงานในทางที่ผิด
อย่าใช้เสื้อผ้าในทางที่ผิด อย่าใช้เงินในทางที่ผิด
อย่าใช้ปากกา ดินสอ กระดาษ และพลาสติกในทางที่ผิด
อย่าใช้น้ำตาล เกลือ หรือแม้แต่เมล็ดพืชแม้แต่เมล็ดเดียวในทางที่ผิด
อย่าใช้เวลาในทางที่ผิดและพลาดรถไฟ
ผู้คนนับล้านยังคงนอนในขณะท้องว่าง
การลดการสูญเสียให้น้อยที่สุดสามารถให้อาหารพวกเขาได้วันละสองครั้ง
สำหรับพระเจ้า การลดการใช้สิ่งต่าง ๆ ในทางที่ผิดสามารถเป็นคำอธิษฐานที่แท้จริงได้

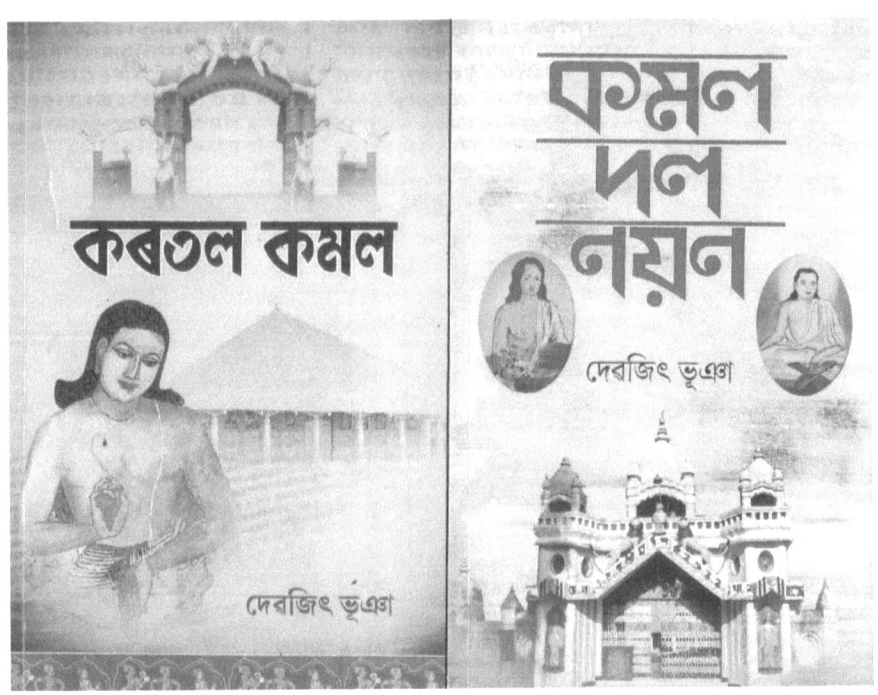

กาลครั้งหนึ่ง

กาลครั้งหนึ่งอัสสัมเต็มไปด้วยทรัพยากร
ที่อยู่อาศัยจำกัดในเมืองและหมู่บ้านเล็กๆ
ในสวนหลังบ้าน ต้นไม้มีผลไม้มากมาย
สวนครัวเต็มไปด้วยผักใบเขียว
บ่อน้ำมีชีวิตชีวาด้วยปลาพื้นเมืองนานาพันธุ์
ทันใดนั้นผู้คนก็อพยพมาจากประเทศโปปุลัสที่อยู่ใกล้เคียง
พวกเขาเริ่มครอบครองพื้นที่ทุ่งเลี้ยงสัตว์โดยไม่เสียค่าใช้จ่าย
ความขัดแย้งเริ่มต้นขึ้นระหว่างคนพื้นเมืองกับผู้อพยพ
จุดวาบไฟมาพร้อมกับการสังหารหมู่ผู้อพยพเนลี
เนลียังคงหวาดกลัวในประวัติศาสตร์ของรัฐอัสสัมอันสงบสุข
การเมืองทำลายคำสอนพื้นฐานของ Sankardeva ในเรื่องความอดทน

ความรักที่ไร้ค่า

ความรักกลายเป็นสินค้าทางการตลาดที่ไร้ค่า
หากคุณแจกจ่ายเงิน ผู้คนจะรักและชื่นชมคุณ
มีเงินก็จะมีความรักและรอยยิ้มมากมาย
แต่การเพิ่มขึ้นอย่างรวดเร็วจะเป็นค่าใช้จ่ายในแต่ละวันและเทศกาลของคุณ
เมื่อหยุดมีน้ำใจ แม่น้ำแห่งความรักก็จะเหือดแห้ง
เพื่อมิตรภาพและความสัมพันธ์เพียงลำพังคุณต้องร้องไห้
จะไม่มีใครจดจำความรักและความห่วงใยที่คุณมีต่อพวกเขา
เมื่อคุณหยุดให้พวกเขาดำเนินต่อไปเหมือนแม่ไก่ไข่ทองคำ
ดีกว่าที่จะเดินทางรอบโลกโดยลำพังและพบปะผู้คนที่ไม่รู้จัก
คุณอาจชนะใจใครบางคนได้โดยไม่ต้องเสียเงินสักบาทเดียว
ความรักของเพื่อนที่ไม่รู้จักนั้นยังคงอยู่ทั้งชีวิตเหมือนน้ำผึ้ง

การปกครองต่อเนื่องหกร้อยปีของอาหม

อาหมมาจากพม่ามายังอัสสัม ปัจจุบันเรียกว่าเมียนมาร์
และสถาปนาอาณาจักรอาหมขึ้นเพื่อเอาชนะกษัตริย์องค์เล็ก
พวกเขาปกครองอัสสัมหกร้อยปีโดยไม่มีการหยุดชะงัก
รวมกลุ่มชาติพันธุ์เล็กๆ ทั้งหมดเพื่อสร้างอัสสัมที่ยิ่งใหญ่ขึ้น
ภูมิภาคนี้เจริญรุ่งเรืองด้วยการเกษตรกรรม การค้าขาย และการก่อสร้างพระราชวัง
เมื่อทราบถึงความมั่งคั่งของรัฐอัสสัมแล้ว พวกโมกุลจึงโจมตีอัสสัมถึงสิบเจ็ดครั้ง
แต่ไม่สามารถพิชิตอาณาจักรอาหมและนักรบในตำนานได้ถือกำเนิดขึ้น
ภายหลังการต่อสู้แบบประจัญบานในหมู่เจ้าชายอาหมได้นำไปสู่การล่มสลายของอาณาจักร
อังกฤษเอาชนะกองทัพพม่าที่ยึดครองอัสสัมได้อย่างง่ายดายในระยะเวลาอันสั้น
ประวัติศาสตร์และศักดิ์ศรีของอาณาจักรอาหมก็สูญสิ้นไปตลอดกาล

ฉันจะประสบความสำเร็จ

ฉันไม่ใช่คนเห็นแก่ตัวบนเกาะที่ห่างไกล
หากไม่มีผู้คนและสังคมฉันก็ไม่มีจุดยืน
นั่นคือเหตุผลว่าทำไมฉันถึงมีความกระตือรือร้นอยู่เสมอ ไม่คงที่
ด้วยความแข็งแกร่งของคน ฉันไม่กลัว
เราสามารถทลายภูเขาและขุดแม่น้ำสายใหม่ได้
กับผู้คน ฉันสามารถบินไปในอากาศได้เหมือนนกอินทรี
ฉันสามารถส่องแสงเหมือนพระจันทร์เต็มดวงบนท้องฟ้า
ฉันจึงซื่อสัตย์และมุ่งมั่นต่อคนของฉัน
ฉันมักจะใช้ชีวิตในชุมชนร่วมกันซึ่งเป็นเรื่องง่าย
การทำงานเป็นทีมและการทำงานร่วมกันคือเส้นทางแห่งความก้าวหน้าของฉัน
นั่นคือเหตุผลที่ฉันมั่นใจในความสำเร็จของฉันและทีม

ต้นดอกเผา

เหนือต้นกะดัมมีนกอินทรีทำรัง
ข้างใต้ช้างก็เล่นอย่างสนุกสนานและพักผ่อน
แม่ช้างกำลังมองไปยังต้นกล้วยที่อยู่ใกล้ๆ
ลูกวัวของเธอปรารถนาที่จะเพลิดเพลินไปกับต้นกล้วยเล็กๆ ที่วิ่งอย่างอิสระ
มีฝ้ายชิ้นเล็ก ๆ สองสามชิ้นที่บินมาจากสิมาลู (บอมบาส-ซีบา) มา
ลูกวัวก็กระโดดจับตัวเดิมและเริ่มวิ่งตามไป
เมื่อได้ยินเสียงกลองตีแม่ก็ระมัดระวัง
เคลื่อนตัวอย่างหนักไปทางป่าและเพลิดเพลินกับผลช้าง
แม้แต่ผ้าฝ้ายปลิวยังทักทายพวกเขาด้วยสีขาว
นี่คือเวลาที่ธรรมชาติจะได้เพลิดเพลินร่วมกับสรรพสัตว์ทั้งหลาย

ชาวอาหรับ

มหาสมุทรอาหรับนั้นใหญ่และกว้าง
แต่คนใจแคบมักจะทะเลาะกันเสมอ
ประเทศอาหรับร้อนเกินไปตลอดทั้งปี
นี่อาจเป็นเหตุผลว่าทำไมคนอาหรับถึงทะเลาะกันอยู่เสมอ
ฮาซารัตแนะนำศาสนาใหม่เพื่อนำสันติภาพมาสู่ภูมิภาค
ในตอนแรกเขาถูกคนผลักดัน โดยพิจารณาว่าเป็นการทรยศ
แม้ว่าศาสนาของมูฮัมหมัดในเวลาต่อมาจะเติบโตอย่างรวดเร็วก็ตาม
สันติภาพในอาหรับมีเหตุผลหายไปอย่างถาวร
สงครามยังคงดำเนินต่อไปในภูมิภาคนี้โดยไม่มีวิธีแก้ปัญหาใดๆ
ชาวอาหรับต้องการความคิดสมัยใหม่พร้อมการปลดปล่อยสตรี

ป่า

ป่าและป่าไม้ควรถูกควบคุมโดยสัตว์
ไม่ใช่โดยคนฉลาดที่เรียกว่าโฮโมเซเปียนส์
โลกนี้ไม่ได้เป็นเพียงสายพันธุ์เดียวเท่านั้น
ทุกสายพันธุ์มีสิทธิที่จะอยู่และอยู่รอดบนโลกใบนี้
เราอาจจะฉลาด แต่เราไม่มีสิทธิ์ทำลายโลก
ความสมดุลทางนิเวศต้องเพื่อความอยู่รอดของมนุษย์ด้วย
คำสั่งของสัตว์ในป่าอาจทำให้สิ่งแวดล้อมยั่งยืน

คัดดาร์ (ผ้าขิด)

ส่งเสริมผ้าขดีทำมือ
เป็นผลดีต่อผิวหนังและเศรษฐกิจของอินเดีย
ในเมืองต่างๆ เมื่อ khadi ถูกละเลย
แต่ปัจจุบันผู้คนตระหนักถึงคุณค่าของมันแล้ว
คานธีเผยแพร่ขีโดยใช้จักระ (วงล้อหมุน)
Khadi ช่วยให้เศรษฐกิจในชนบทของอินเดียเติบโต
ชาวชนบทหลายพันคนมีกระแสเงินสด
Khadi มอบอำนาจให้ผู้หญิงในหมู่บ้าน
แต่โรงงานปั่นด้ายและโพลีเอสเตอร์ทำให้ Khadi ได้รับผลกระทบอย่างมาก
ตอนนี้ Khadi กำลังได้รับความนิยมอย่างช้าๆ
ในประวัติศาสตร์อิสรภาพ คาดีจะถูกจดจำตลอดไป

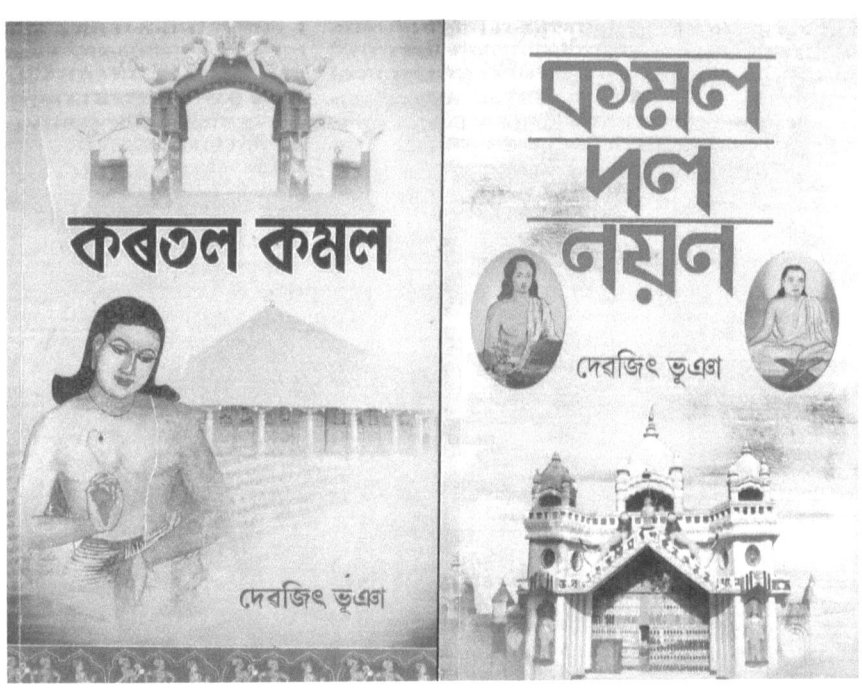

น้ำหอมอัสสัม (น้ำมันกฤษณา)

น้ำหอมอัสสัมเป็นที่นิยมมากในโลกอาหรับ

ไม่มีที่ไหนในโลกที่มีการผลิตวุ้นชนิดนี้

อัจมาลมีตราสินค้าในประเทศอาระเบีย ยุโรป และอเมริกา

ปัจจุบันยังได้รับความนิยมในบังคลาเทศและออสเตรเลียอีกด้วย

ในป่าของต้นกฤษณาอัสสัมเติบโต

โดยเฉพาะอย่างยิ่งแมลงผสมพันธุ์น้ำมันวุ้นไหล

กลิ่นวุ้นมีเอกลักษณ์เฉพาะตัวเป็นที่นิยมในหมู่ชาวมุสลิม

น้ำหอมเทียมทั้งหมดที่อยู่ใกล้ๆ มีลักษณะสั้นและเพรียวบาง

น้ำท่วม

โอ้แม่น้ำใหญ่ของเจ้า โอ้แม่น้ำตื้นของเจ้า

อย่าสร้างความหายนะผ่านน้ำท่วม

อย่าทำลายพืชผลและทำลายที่ดินที่อุดมสมบูรณ์

คนจนได้รับความเดือดร้อนมากที่สุดเนื่องจากการกระทำของคุณ

ในช่วงฝนตกหนักคุณต้องใช้เส้นทางใดก็ได้เพื่อไหล

เนื่องจากน้ำท่วม อารยธรรมมากมายจึงถูกโจมตี

แม้ว่าแม่น้ำจะเป็นสายใยแห่งอารยธรรมของมนุษย์

จนถึงขณะนี้เขื่อนก็ไม่สามารถแก้ปัญหาได้

มีภัยพิบัติเกิดขึ้นเล็กน้อยเนื่องจากการแตกของเขื่อน

โอ้ กระแสอันทรงพลังของพระองค์ค่อย ๆ สงบลงอย่างสงบ

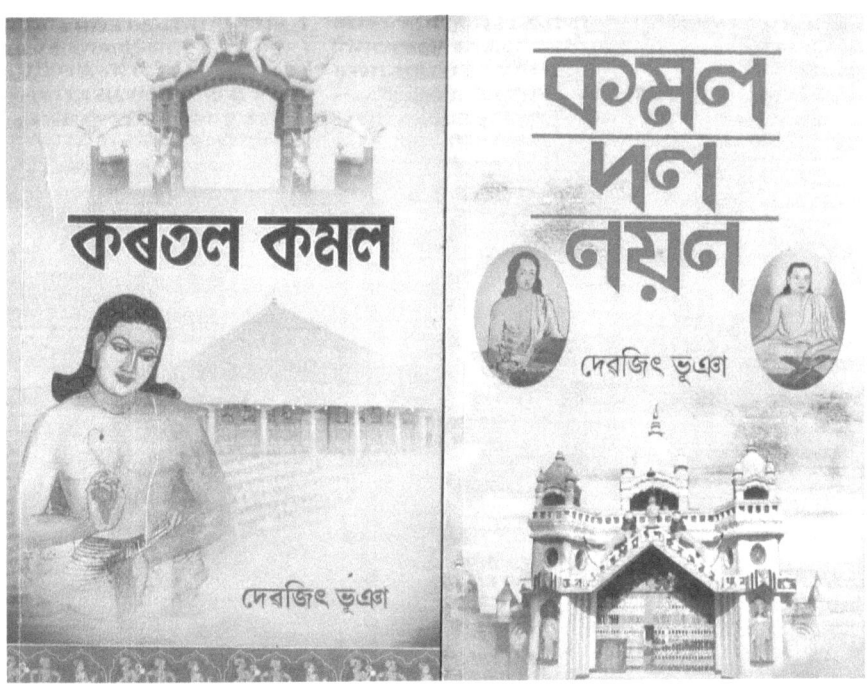

ผลของงาน (กรรม)

ทุกคนต้องชื่นชมผลแห่งการงานของตน ไม่ว่าร้ายหรือดีก็ตาม
กฎข้อที่สามของนิวตันนั้นเป็นสากลและหลีกเลี่ยงไม่ได้
การกระทำที่ดีและการกระทำที่ดีย่อมให้ผลตอบแทนที่ดี
การกระทำและกิจกรรมที่ไม่ดีจะบังคับให้คุณต้องทนทุกข์ทรมาน
ไม่มีใครรอดพ้นจากผลหรือผลของกรรม
ทำความดี คิดดี เป็นธรรมของสังฆเทวะ
ทำดีต่อผู้คน สังคม และอาณาจักรสัตว์ด้วย
เมื่อถึงเวลาตาย ความสงบ ความสงบ ความนับถือ คุณจะพบ

ความหึงหวง

หากต้องการเห็นความสำเร็จของผู้อื่นอย่าอิจฉา

บรรลุผลดีกว่า ไม่เช่นนั้น ชีวิตจะใจแข็ง

ด้วยความหึงหวงคุณจะไม่มีวันมีชื่อเสียง

การวิพากษ์วิจารณ์ผู้อื่นจะทำให้ชีวิตคุณพรุนอยู่เสมอ

แทนที่จะอิจฉาริษยา จงทำงานอย่างยิ่งใหญ่

ความหึงหวงและอัตตาเป็นเพื่อนที่ชั่วร้ายของคุณ

พวกเขาจะไม่มีวันยอมให้คุณเป็นแชมป์

แต่พวกเขาจะทำลายความคิดเห็นของเพื่อนที่ดีของคุณ

เพื่อความสำเร็จในชีวิต ขับไล่ความริษยา อีโก้ ถือเป็นทางออกที่ดี

ยอมแพ้เพื่อนที่ไม่ดี สมองจะเริ่มการจำลองเชิงสร้างสรรค์

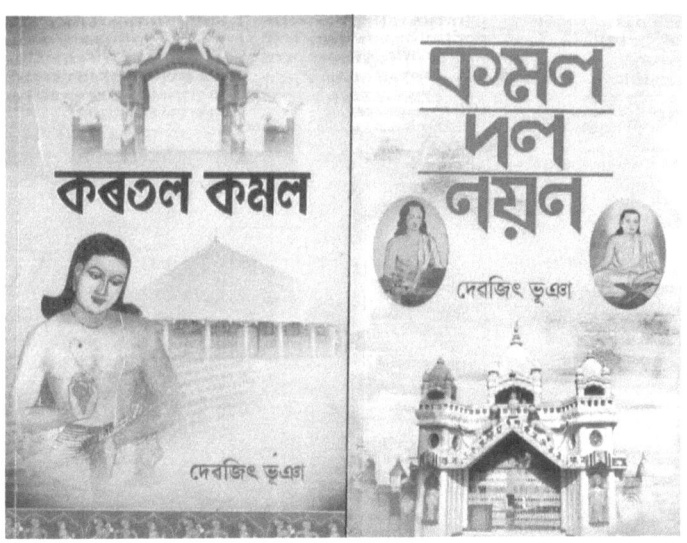

ทุกอย่างจะเป็นไปตามปกติ

ไม่ว่าฉันจะยังมีชีวิตอยู่หรือไม่ในปีหน้า
โลกจะหมุนและปฏิวัติ
ฤดูกาลจะเปลี่ยนไปตามปกติพร้อมกับมลภาวะ
อาจไม่มีวิธีแก้ปัญหาถาวร
แต่สิ่งต่างๆ จะเป็นไปตามปกติโดยไม่มีอะไรรบกวน
ใจที่แตกสลายของฉันอาจไม่เข้าร่วมจนกว่าฉันจะตาย
แต่ด้วยใจที่แตกสลายผู้คนจะยังมีความหวังและศรัทธา
ที่สามารถทนความเจ็บปวดของชีวิตได้ บางคนก็บอกลา
แม้หลังจากพ่ายแพ้ซ้ำแล้วซ้ำอีก บางคนก็ยังพยายามอีกครั้ง
แต่อย่างไรก็ตาม ดาวเคราะห์ดวงนี้จะเคลื่อนที่ต่อไปและต่อไป
ทฤษฎีใหม่จะเกิดขึ้นเกี่ยวกับกำเนิดจักรวาลของเรา
มุมมองของนักวิทยาศาสตร์และนักปรัชญาจะมีความหลากหลาย
แต่การขยายตัวของจักรวาลจะไม่หยุดหรือย้อนกลับ
กฎพื้นฐานของฟิสิกส์ธรรมชาติจะรักษาไว้
หนึ่งปีไม่มีความสำคัญต่อโลก แต่ความทรงจำของเราจะอนุรักษ์ไว้
คุณสมบัติของเวลา อดีต ปัจจุบัน และอนาคต จะไม่ยอมให้ย้อนกลับไป
ชีวิตจะมาและมาเหมือนชั้นและกอง
แม้แต่ประวัติศาสตร์ของเหตุการณ์สำคัญก็ยังดำรงอยู่ได้ในระยะเวลาที่จำกัด
นี่คือความงดงามของธรรมชาติและการสร้างสรรค์ที่สมดุลและวิจิตรงดงาม
บอกลายี่สิบยี่สิบสามด้วยความยินดีและเหล้าองุ่น

เต่า

กาลครั้งหนึ่งช้าและมั่นคงเคยชนะการแข่งขัน

เพราะกระต่ายที่เคลื่อนไหวเร็วตัดสินใจพักผ่อนบ้าง

แต่สิ่งต่างๆ เปลี่ยนไปแล้วเนื่องจากการตัดไม้ทำลายป่า

ตอนนี้ทั้งเต่าและกระต่ายต่างสูญเสียข้อเสนอ

เต่าสามารถหลอกลวงสุนัขจิ้งจอกที่ฉลาดได้โดยใช้เกราะแข็งของเขา

แต่เต่าไม่สามารถอยู่รอดและหลอกล่อในทุ่งนาได้

เต่าอ้าปากเมื่อควรหุบปากไว้

การบินบนท้องฟ้าโดยไม่คาดเข็มขัดนิรภัยหรือร่มชูชีพนั้นไม่ถูกต้อง

ทั้งนกกระเรียนและเต่าไม่ได้ใช้สำลีปิดหู

การตอบสนองต่อเสียงรบกวนและเสียงเชียร์มักจะนำมาซึ่งความโกรธหรือน้ำตาเสมอ

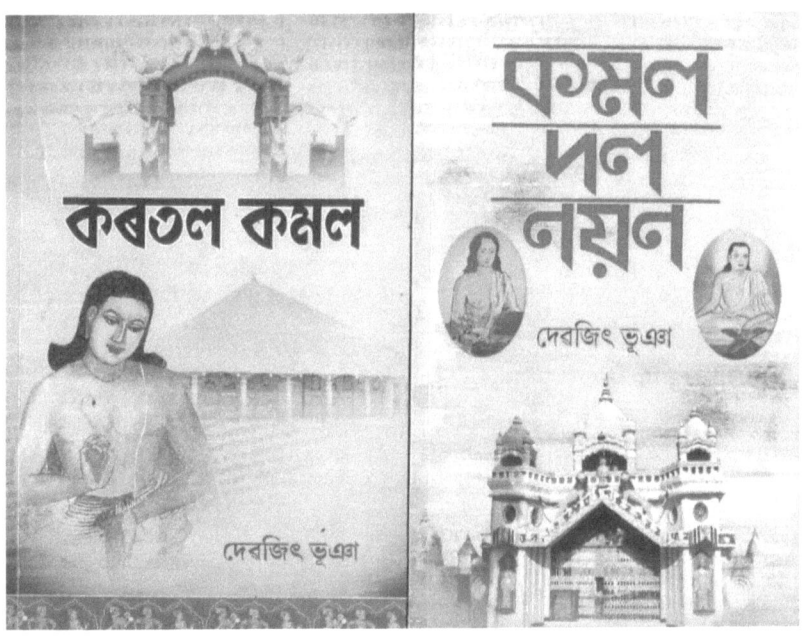

อีกาและสุนัขจิ้งจอก

สุนัขจิ้งจอกหลอกอีกาและเพลิดเพลินกับชิ้นเนื้อ

อีกาแก้แค้นโดยปล่อยไก่ออกจากปากสุนัขจิ้งจอก

เห็นอีกาดื่มน้ำจากหม้อใส่กรวด

สุนัขจิ้งจอกพยายามกินองุ่นกระโดดหลายครั้งแต่ไม่สำเร็จ

อีกาหัวเราะเยาะความล้มเหลวด้วยท่าล้อเลียนและดูถูก

ถ้านกอินทรีสามารถยกแกะได้ ทำไมอีกาถึงคิดอย่างนั้นล่ะ

เธอติดอยู่บนขนแกะ และสำหรับสุนัขจิ้งจอกแล้ว มันก็มีความสุข

สุนัขจิ้งจอกอธิษฐานต่อพระเจ้าขอให้น้ำท่วมเหนือต้นไผ่

ที่ซึ่งอีกาจะนั่งลงหลังจากบินไปบนท้องฟ้าอย่างอิสระ

พระเจ้าทรงเทฝนและฝนให้สุนัขจิ้งจอกต้องลอยอยู่บนน้ำท่วม

สุนัขจิ้งจอกตระหนักถึงความผิดพลาดและอธิษฐานขอให้สภาพอากาศกลับมายุติธรรมอีกครั้ง

หากเพื่อนบ้านฉลาดและประสบความสำเร็จก็อย่าอิจฉา

ถ้าพยายามแข่งขันโดยไม่มีความสามารถ สภาพก็จะใจแข็ง

ค้นหาวิธีแก้ปัญหาของคุณเอง

อยากมีชีวิตอยู่สองร้อยปีไหม?
เป็นเต่าหรือวาฬสีน้ำเงินแล้วสนุกไปกับมัน
อยากบินสูงไปในท้องฟ้าสีครามไหม?
กลายเป็นอินทรีได้ก็ลองดู
อยากวิ่งเร็วเพื่อสุขภาพที่ดีไหม?
เป็นเสือชีตาห์แล้วคุณจะล้ำหน้ากว่าใคร
อยากสูงและมองไกลๆไหม?
มาเป็นยีราฟและกินใบไม้จากต้นไม้พูด
อยากมีชีวิตที่เป็นอิสระจากการควบคุมใด ๆ หรือไม่?
เป็นม้าลายที่มนุษย์ไม่สามารถเลี้ยงได้
อยากจะทะเลาะและเห่าใส่คนอื่นไหม?
เป็นสุนัขร็อตไวเลอร์และกัดผู้อื่น
อยากนอนทั้งวันทั้งคืนไหม?
เป็นโคอาล่าและไม่จำเป็นต้องทำงานและต่อสู้
อยากทานอาหารมากขึ้นและมากเกินไปหรือไม่?
ให้คุณเป็นช้างก็ดี
ต้องการเดินทางโดยไม่มีหนังสือเดินทางและวีซ่าหรือไม่?
การเป็นนกกระเรียนไซบีเรียคือทางเลือกที่ดีที่สุด
แต่ด้วยความที่คุณเป็นมนุษย์ที่มีความฉลาด
สิ่งที่คุณต้องการและจัดลำดับความสำคัญ คุณจะพบทางออกของคุณเอง

จะไม่มีใครดึงคุณขึ้นมา

ไม่มีใครจะช่วยคุณเมื่อคุณล้มลง
ทุกคนกำลังวิ่งเพื่อชิงมงกุฎ
ในความเร่งรีบคุณอาจถูกบดขยี้
ศพของคุณอาจกลายเป็นหินก้าว
โปรดจำไว้เสมอว่าในโลกที่เคลื่อนไหวนี้ คุณอยู่คนเดียว
จะไม่มีใครมาเช็ดน้ำตาและทายาหม่องให้
การอยู่คนเดียวคุณต้องยืนขึ้นและสงบสติอารมณ์
ในที่สุดทุกคนก็จะไปถึงที่เดียวกัน
ความเจ็บปวด ความสุข น้ำตา ทุกอย่างจะพังทลาย
แล้วทำไมต้องร่วมแข่งหนูด้วยกลัวตกทุกขณะ
เมื่อรู้ว่าสุดท้ายล้มเหลวหรือสำเร็จก็ไม่นับ
เคลื่อนที่อย่างช้าๆ และมั่นคง โดยไม่มีอะไรจะเสียหรือได้รับ
ด้วยวิธีนี้ คุณสามารถหลีกเลี่ยงความเครียดและความเจ็บปวดในระหว่างการเดินทางได้

ริษยา, ริษยา, ริษยา

เขาสวดภาวนาหลายปีเพื่อขอพรจากพระเจ้า

ในที่สุดพระเจ้าก็ปรากฏและถามว่า 'คุณอยากได้อะไรลูกของฉัน'

'อยากได้อะไรก็ขอมาทันที'

'แต่ทำไมคุณถึงต้องการพรเช่นนี้?' ถามพระเจ้า

'อยากเติมเต็มความปรารถนาให้มีความสุขและร่ำรวย'

ฉันสามารถให้พรนี้แก่คุณได้โดยมีเงื่อนไขเท่านั้น ไม่ใช่อย่างแน่นอน พระเจ้าตรัสตอบ

'เงื่อนไขทั้งหมดเป็นที่ยอมรับของฉัน' เติมเต็มความปรารถนาของฉันเท่านั้น

'คุณจะได้สิ่งที่คุณปรารถนา แต่เพื่อนบ้านของคุณจะได้รับสองเท่า'

แต่ถ้าคุณพยายามทำร้ายผู้อื่น ทุกอย่างจะหายไป พระเจ้าทรงเตือน

บุรุษผู้นั้นจึงกล่าวว่า พระเจ้าตรัสว่า 'อาเมน (তথাস্তু)' แล้วก็หายไป

'ขอมีตึกงามๆ 2 ชั้นหน่อยเถอะ' ชายคนนั้นปรารถนา

ทันใดนั้นก็เกิดขึ้นพร้อมกับอาคารสี่ชั้นแก่เพื่อนบ้านของเขา

โอ้ ฉันควรมีรถสวยๆ สักสิบคันในบ้านของฉัน

มันเกิดขึ้นทันทีพร้อมกับรถสวย ๆ ยี่สิบคันให้เพื่อนบ้านของเขา

ฉันควรมีสระว่ายน้ำในสวนหลังบ้าน

ทันใดนั้นก็มีสระว่ายน้ำสองสระอยู่ติดกับเพื่อนบ้าน

ภายในหนึ่งสัปดาห์ ชายคนนั้นเริ่มหงุดหงิดและอิจฉาเพื่อนบ้าน

ในไม่ช้าเขาก็โกรธเมื่อเห็นทรัพย์สมบัติของเพื่อนบ้าน

เมื่อคิดว่าจะเอาชนะเพื่อนบ้านได้อย่างไร ชายคนนั้นก็กลายเป็นคนบ้าและบ้าคลั่ง

เมื่อมองดูบ้านเพื่อนบ้านก็รู้สึกเศร้าใจอย่างยิ่ง

เพื่อนบ้านกำลังเดินอยู่ใกล้สระว่ายน้ำทั้งสองแห่งของเขาอย่างมีความสุข

เมื่อเห็นเพื่อนบ้านที่มีความสุขของเขา วิธีแก้ปัญหาก็เข้ามาในใจเขาทันที

"ปล่อยให้ตาข้างหนึ่งของฉันเสียหาย" ชายคนนั้นปรารถนาที่จะมองเพื่อนบ้าน

ทันใดนั้นเพื่อนบ้านก็ตาบอดและล้มลงในสระว่ายน้ำของเขาที่นั่น

เพื่อนบ้านเสียชีวิตเพราะว่ายน้ำไม่เป็น

ชายคนนั้นกล่าวว่า ข้าแต่พระเจ้า ขอทรงโปรดคืนพระพรของพระองค์ด้วย

การตายและความเป็นอมตะ

หากคุณต้องการตายคุณจะไม่ตายเพราะคุณเป็นอมตะ
หากคุณต้องการมีชีวิตอยู่ตลอดไป คุณจะต้องตาย เพราะคุณต้องตาย
สัญชาตญาณพื้นฐานของชีวิตคือการมีชีวิตอยู่และมีชีวิตอยู่ตลอดไป
แต่กฎแห่งธรรมชาตินั้นตรงกันข้าม แม้แต่ผู้ที่แข็งแกร่งที่สุดก็ยังต้องตาย
พลังทั้งสองที่ตรงกันข้าม ชีวิต และความตาย ทำงานอย่างต่อเนื่อง
นั่นคือสาเหตุที่ทำให้วิวัฒนาการของสายพันธุ์ต่างๆ ดำเนินต่อไปและไม่เคยหยุดนิ่ง
บางชนิดจะมีชีวิตอยู่ได้ไม่กี่ชั่วโมง บ้างก็มีอายุถึงห้าร้อยปี
แต่ไม่มีใครเลยที่ธรรมชาติได้รับการดูแลเป็นพิเศษหรือหลั่งน้ำตา
ตราบใดที่คุณยังมีชีวิตอยู่ และการตายอย่างเข้มงวดยังไม่เริ่มต้นขึ้น
คุณไม่ใช่มนุษย์ และความอมตะยังไม่พรากจากไป

ฉันไม่รู้จุดประสงค์

คือจุดมุ่งหมายของชีวิตที่จะให้กำเนิดลูกหลาน
หรือจุดประสงค์ของชีวิตคือการปกป้องรหัสพันธุกรรม?
คือจุดมุ่งหมายของชีวิตที่จะกินอาหารที่ดีขึ้นและนอนหลับสบาย
หรือจุดประสงค์คือการสร้างเรื่องราวให้คนรุ่นต่อไปเล่า?
เป็นจุดมุ่งหมายของชีวิตในการสะสมเงินและความมั่งคั่ง
และทิ้งทุกสิ่งทุกอย่างในเวลาไปสวรรค์หรือนรก?
จุดมุ่งหมายของชีวิตคือการไล่ตามความสงบและความสุข
แล้วทำไมในชีวิตจึงมีกิจกรรมและธุรกิจมากมาย?
คือจุดมุ่งหมายของชีวิตเพื่อลดความเจ็บปวดและเพิ่มความสะดวกสบายสูงสุด
ถ้าอย่างนั้นการอยู่ในอาการโคม่าจะเป็นรีสอร์ทที่ดีที่สุด
จุดมุ่งหมายของชีวิตคือการมีชีวิตอยู่และให้ผู้อื่นมีชีวิตอยู่
แล้วเราจะกินไก่ เนื้อแกะ และพี่น้องสัตว์ได้อย่างไร?
หากการอธิษฐานต่อผู้สร้างและการขัดแอปเปิ้ลนั้นเป็นจุดประสงค์
ทำไมเงินบรรพบุรุษของเรา ชิมแปนซี ไม่เคยเรียนหลักสูตรนี้?
ชีวิตหากไม่มีจุดมุ่งหมายหรือมีจุดหมาย
แค่ใช้ชีวิตวันนี้อย่างมีความสุขและสงบสุขเท่านั้นคือทางออก
เมื่อเราพยายามหาจุดมุ่งหมาย เราก็อยู่ในป่าลึกที่ไม่มีเข็มทิศ
ใช้ชีวิตของคุณให้ดีขึ้นสร้างเส้นทางการเดินทางของคุณเองโดยไม่คิดถึงทางตัน

เงินที่เราหามาอย่างยากลำบากหายไปไหน?

ตลอดชีวิตเราได้รับพลังงานเพื่อเอาชนะแรงโน้มถ่วงและแรงเสียดทาน
แต่แรงโน้มถ่วงเป็นศูนย์และแรงเสียดทานเป็นศูนย์จะผลักดันชีวิตให้จำศีล
แม่เหล็กไฟฟ้าและแรงนิวเคลียร์ที่มีแรงโน้มถ่วงเป็นแหล่งกำเนิดของชีวิต
แรงเสียดทานเป็นสิ่งสำคัญในการดำเนินชีวิตทางวัตถุของเรา
เงินที่เราได้มาอย่างยากลำบากส่วนใหญ่ถูกใช้ไปโดยแรงโน้มถ่วง
เสื้อผ้าและเครื่องประดับที่สวยงามเป็นเพียงสิ่งเสริมเท่านั้น
ในการขนสัมภาระเพิ่มเติมทั้งหมดอีกครั้ง เราต้องใช้พลังงาน
การเล่นด้วยแรงโน้มถ่วง แม่เหล็กไฟฟ้า และแรงนิวเคลียร์คือชีวิต
บทบาทของความขัดแย้งคือทำงานทั้งหมดที่ภรรยาทำ
เปลี่ยนอาหารให้เป็นพลังงานและใช้พลังงานเอาชนะพลัง
เพื่อที่จะทำงานหลักนี้เพื่อความอยู่รอด โฮโมเซเปียนจึงไม่มีแหล่งอื่น
ต้นไม้อยู่ในตำแหน่งที่ดีกว่าในเรื่องของแรงโน้มถ่วงและแรงเสียดทาน
แม้แต่ในอาหาร การสังเคราะห์ด้วยแสงก็ยังเป็นความลับเฉพาะตัวและเป็นวิธีแก้ปัญหาที่ง่ายดาย

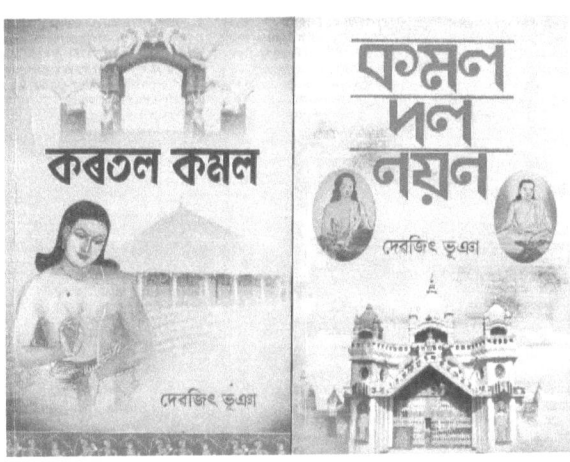

พังพอน

เขาไม่รู้จักความเกลียดชัง ความอิจฉาริษยา หรือความซับซ้อนของชีวิตมนุษย์
เขารักเพียงเจ้านายและลูกของพวกเขาจากหัวใจ
ไม่มีเจตนาแอบแฝงหรือผลประโยชน์ในความรักและความภักดีของเขา
เขาเป็นสัตว์ที่มีสัญชาตญาณของสัตว์และอยู่เหนือจิตใจที่โหดร้ายของมนุษย์
เขาจึงต่อสู้กับความตายและคุกเข่าเพื่อช่วยชีวิตลูกของอาจารย์
และเขาประสบความสำเร็จเพราะความซื่อสัตย์และความรักต่อนายของเขา
ความทุ่มเทที่ชัดเจนและความตั้งใจของเขาที่จะปกป้องเพื่อนสาวของเขา
แต่จิตใจของมนุษย์ที่ซับซ้อนและมีสายมักจะคิดเชิงลบก่อนเสมอ
เมื่อมองดูเลือดบนตัวพังพอน ผู้หญิงคนนั้นก็ฆ่าเขาทันที
เพราะในช่วงแรกมีทั้งแง่บวกและแง่ดี มีน้อยคนนักที่จะคิดได้

พรของพระเจ้า

พระพรของพระเจ้าเป็นเหมือนการประเมินภายในและคะแนนเซสชัน
หากคุณสวดมนต์ ปฏิบัติบูชา และถวายเงินหรือทองคำ คุณจะได้รับพร
ถ้าคุณไม่ทำสิ่งเหล่านี้ คุณจะมีชีวิตอยู่ แต่ความสำเร็จจะรออยู่
แต่โดยไม่ต้องอธิษฐาน คุณก็สอบผ่านได้ด้วยการทำงานหนักตามทฤษฎี
หากไม่มี Apple Polish หลายคนก็เขียนเรื่องราวได้ดีขึ้น
คนที่สวดมนต์ทุกวันก็เสียชีวิตด้วยโรคภัยไข้เจ็บและอุบัติเหตุ
สำหรับผู้ไม่ศรัทธา ชีวิตและความตายก็มีองค์ประกอบเหมือนกัน
ไม่เข้าใจว่าทำไมนายหน้าศาสนาถึงให้ความสำคัญกับการอธิษฐานมากกว่า
ไม่มีใครเคยเห็นพระเจ้าในรูปขอทานที่หิวโหย
หลักฐานทางวิทยาศาสตร์ของการจุติเป็นมนุษย์ของพระเจ้าในรูปแบบวัตถุนั้นหาได้ยาก
เพื่อรับพระพรจากพระเจ้า ความซื่อสัตย์ ความซื่อสัตย์ ความซื่อสัตย์เป็นส่วนผสมที่ดีกว่า

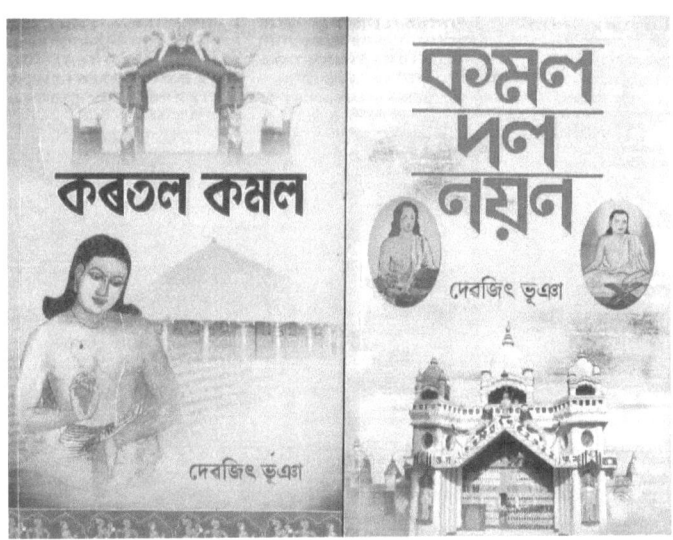

ดีกว่าเป็นไม้ที่ตายแล้ว

ฉันเป็นเพียงไม้ที่ตายแล้ว นอนอยู่ใต้ตะวันและจันทรา
สลายตัวอย่างรวดเร็วจะถูกดูดซึม โดยแม่ธรณีใน ไม่ช้า
แต่สำหรับมอสแล้ว เชื้อราที่ศพของฉันเป็นประโยชน์
จัดหาอาหารและโภชนาการให้พวกเขาแม้หลังความตาย
สำหรับพวกเขา ฉันคือผู้ถือคบเพลิงสำหรับเส้นทางแห่งอนาคต
จนฉันจมลงไปในดินจนหมดและกลายเป็นส่วนหนึ่งของมัน
ชีวิตใหม่ของวัชพืชและแมลงจะเพิ่มมากขึ้นเรื่อยๆ
วันหนึ่งนกบางตัวจะทิ้งเมล็ดพันธุ์พันธุ์ของฉันไว้ที่นี่
ฉันจะเติบโตเป็นต้นไม้ใหญ่อีกครั้ง และกิ่งก้านของนกจะแบ่งปัน
ในกระบวนการนี้ ฉันเป็นอมตะ และต่อต้นไม้ ทุกคนควรใส่ใจ

ฉันอาศัยอยู่กับซอมบี้

ฉันอาศัยอยู่ในฝูงซอมบี้

ติดด้วยความโลภอยากได้เงินและราคะ

ระบบคุณค่าของพวกเขาเน่าเสียด้วยสนิม

ไม่ยอมทำความสะอาดฝุ่นที่สะสม

มีเพียงเงินเท่านั้นที่พวกเขามีศรัทธาและความไว้วางใจ

เป้าหมายคือการรวบรวมความมั่งคั่งและความเป็นอมตะ

แสวงหาความเป็นอยู่ตลอดกาลเสื่อมศีลธรรม

เพื่อจุดประสงค์เดียวของพวกเขาจะละทิ้งความซื่อสัตย์

ไม่มีใครสามารถเปลี่ยนทัศนคติของฝูงสัตว์ได้

พระพุทธเจ้า พระเยซู และคนอื่นๆ เริ่มเหนื่อย

ขุนนางหลายพันคนเสียชีวิตและเกษียณอายุ

แต่สำหรับความโลภและราคะ ซอมบี้ก็ไม่เหนื่อย

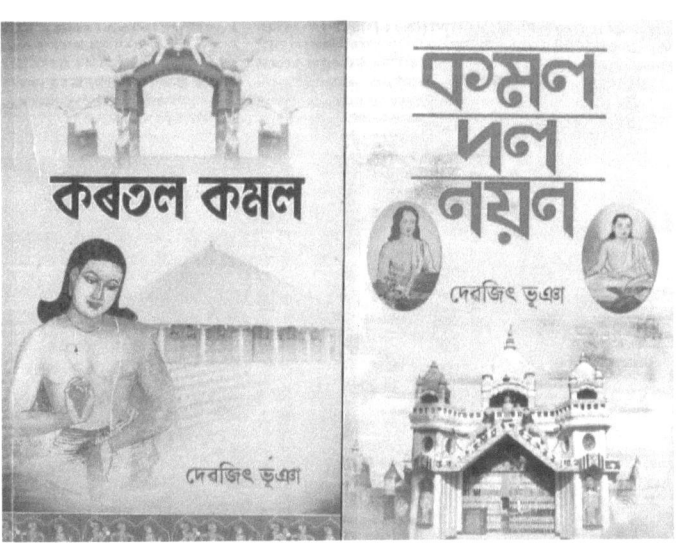

และชีวิตก็เป็นเช่นนี้

วันจันทร์ วันอังคาร วันเสาร์ และสัปดาห์จะหมดไป
เช้าที่ดีวันหนึ่งคือเวลาชำระค่าธรรมเนียมรายเดือน
มกราคมกลายเป็นกุมภาพันธ์และมีนาคม และทันใดนั้นเดือนธันวาคมก็เปลี่ยน
เวลาผ่านไปกับการยืนรอรถบัสและรถไฟ
การรอในห้องรับรองในสนามบินถือเป็นการเสียเวลาในใบพัด
การขับรถทางไกลหลายชั่วโมงเพื่อไปถึงจุดหมายนั้นไร้ประโยชน์
เราใช้เวลาหนึ่งในสามของชีวิตบนเตียงโดยไม่รู้อะไรเลย
หกชั่วโมงในการเรียนรู้สิ่งที่ไม่จำเป็นในชีวิตนักศึกษานั้น ไม่มีคุณค่า
เราพบว่าการรออยู่นอกห้องแพทย์นั้นเวลาผ่านไปช้ามาก
กี่เดือนที่เราใช้เวลาอยู่ในคิวไม่มีใครนับ
3 ชั่วโมงในห้องสอบตั้งแต่เด็กๆ ถือเป็นเรื่องใหญ่
เราใช้เวลากับตัวเองเพื่อทำให้ชีวิตดีขึ้นมากเพียงใดเราไม่เคยนับ
ในวัฏจักรเดียวกัน เราก็จะเคลื่อนไปรอบแล้วรอบเล่า
ไม่มีมนุษย์คนใดเป็นดาวเคราะห์ จะต้องโคจรรอบดวงอาทิตย์ภายในเวลาที่กำหนด
หากคุณไม่สามารถออกจากกิจวัตรสบายๆ ได้ คุณก็จะไม่มีแสงแดด
วิ่งอย่างดุเดือดเพื่อความสำเร็จอันลวงตาและการปรบมือ
คุณกำลังล้าหลังในการดำเนินชีวิตในแบบของคุณเอง
เมื่อถึงเวลาสิ้นสุด และคุณจะต้องไปที่หลุมศพ
คุณรู้ไหมว่าฉันไม่เคยคิดแตกต่างเพราะฉันขี้อายไม่กล้า

อกหัก

เมื่อจู่ๆหัวใจก็แตกสลาย

บางคนเมาเหล้า

แต่นี่ไม่ใช่วิธีการรักษาที่ได้รับการพิสูจน์แล้ว

ชีวิตของคุณอาจถูกขโมยได้อย่างง่ายดาย

อะไรก็เกิดขึ้นได้

ลืมอดีตแล้วก้าวต่อไปมันพูดง่าย

แต่ทุกคนไม่สามารถเป็นเกย์ได้

อกหักราคาที่เราต้องจ่าย

เมื่อเราคิดอย่างสันโดษ เราก็จะหาทางได้

พระอาทิตย์ทุกเช้าส่งความหวังและรังสีใหม่มาให้เรา

เมื่อใจแตกสลายบางคนฆ่าตัวตาย

แต่ช่วงเศร้าอย่ารีบตัดสินใจ

มองดูความทุกข์ทรมานของผู้คนภายนอก

แม้จะสิ้นหวัง แต่ความเจ็บปวดก็ค่อยๆบรรเทาลง

ทางออกของทุกปัญหาคุณจะพบแต่ภายในเท่านั้น

เทคโนโลยีที่ไม่หยุดยั้ง

อารยธรรมมีการเปลี่ยนแปลงในลักษณะ
ขณะนี้ผู้คนได้รับข้อมูลและชาญฉลาดมากขึ้น
ยากที่จะเผยแพร่ศาสนาด้วยพลังดาบ
และคุณไม่สามารถบังคับลัทธิคอมมิวนิสต์ด้วยกระบอกปืนได้
แต่การแย่งชิงประชาธิปไตยโดยกองทัพก็ไม่ใช่เรื่องยาก
บางคนยังไม่ยอมรับหลักการอยู่ร่วมกัน
เพื่อปกป้องความเชื่อของพวกเขา เราเห็นการต่อต้านทั่วโลก
แต่การพัฒนาอารยธรรมนั้นดำเนินไปอย่างต่อเนื่องด้วยความพากเพียร
เทคโนโลยี คลื่นพาหะ ไม่เคยสนใจเรื่องขอบเขต
และตอนนี้ก็กลืนกินมนุษยชาติราวกับไฟป่าอย่างไม่อาจหยุดยั้งได้
ในไม่ช้าความชั่วร้ายของระบบสังคมแห่งความแตกแยกก็จะพังทลายลง

ความไม่เท่าเทียมกันทางเพศ

เธอเช็ดน้ำตาใต้ผ้าคลุมของเธอแล้วมองดูท้องฟ้า

เด็กเล็กสี่คนกำลังดึงเสื้อผ้าของเธอ

เมื่อหกปีก่อนเมื่อเธอจากแม่ไป

เธอร้องไห้และร้องไห้ แต่ไม่มีใครฟังเธอ

การเป็นบุตรคนโตในบรรดาลูกสิบคน จะต้องยอมรับนิกะฮ์

ความรับผิดชอบของเธอยังอยู่กับน้องสาวทั้งหกของเธอด้วย

พวกเขาจะแต่งงานกันได้ยังไง พี่คนโตอยู่ที่บ้าน

เธออายุเพียงสิบสามเท่านั้น เมื่อการเจาะเสร็จสิ้นก่อน

ยังจำได้ว่าเธอกลัวแค่ไหนเมื่อมองดูสามีของเธอ

ภรรยาอีกสามคนของชายคนนั้นก็มองดูเธออย่างเจ็บปวดเช่นกัน

แต่พวกเขาไม่มีทางเลือกอื่นนอกจากส่งเธอไปที่ห้องนอนใหม่

ตอนนี้ทั้งสี่สาวอยู่ร่วมกันด้วยความเกลียดชังและอิจฉาริษยา

เพราะพวกเขามีลูกต้องเลี้ยงดูและให้ความรู้

หวังว่าวันหนึ่งดวงอาทิตย์จะขึ้น โดยหวังว่าจะไม่เกิดขึ้นกับพวกเขา

และโลกจะปราศจากความเหลื่อมล้ำทางเพศในพระนามของพระเจ้า

วันหนึ่งจะไม่มีเพดานกระจก

กาลครั้งหนึ่งเธอถูกบังคับให้ตายในบริเวณเผาศพ
พวกเขาเล่นดนตรีและตีกลองเสียงดัง ไม่ฟังเสียงอันเจ็บปวดของเธอ
เธอได้รับการปฏิบัติเหมือนเป็นทาสและเป็นแรงงานทาสเพื่อรับใช้ผู้ชาย
แม้แต่ราชินีก็ยังถูกปิดตาตลอดชีวิต เพราะกษัตริย์ตาบอด
เธอถูกเนรเทศโดยไม่มีเหตุผลและตรรกะเพียงเพื่อสนองอัตตาของผู้ชายเท่านั้น
แม้แต่เธอก็ยังไม่สามารถออกเสียงชื่อสามีของเธอท่ามกลางผู้คนได้
เธอใช้ชีวิตเหมือนนกในกรงในบ้านของเธอ และเพื่อวางไข่เพื่อรักษา DNA
นายหน้าศาสนาถึงกับห้ามไม่ให้เธอเข้าวัด
แต่ความกล้าหาญของเธอในการแบกรับแสงสว่างแห่งอารยธรรมไม่เคยทำให้พิการ
นั่นคือเหตุผลที่เรายังคงเรียกแผ่นดินแม่ของประเทศและภาษาแม่
ตอนนี้เธอได้ออกจากกรงในท้องฟ้าเปิดแล้ว แต่เธอยังต้องบินอยู่สูงหลายระดับ
วันหนึ่งจะไม่มีการเหยียดเพศ และเพดานกระจกจะหายไป
ศักดิ์ศรีของการเป็นแม่และความงามของความเป็นผู้หญิงจะไม่มีใครสามารถทำให้เสื่อมเสียได้

พระเจ้าไม่สนใจบ้านอธิษฐานของพระองค์

โลกนี้เต็มไปด้วยมัสยิด โบสถ์ และวัดวาอาราม

แต่สันติภาพและภราดรภาพในโลกมักทำให้พิการ

การแก้ปัญหามนุษยชาติที่ปราศจากความรุนแรงและสงครามไม่ใช่เรื่องง่าย

ในพระนามของพระเจ้า ทุกศาสนาเล่นเหมืนและเลี้ยงลูก

แม้แต่ในเดือนรอมฎอนอันศักดิ์สิทธิ์ ผู้คนก็สร้างปัญหา

พระเจ้าไม่เคยพยายามปกป้องบ้านอธิษฐานของเขาที่ใดในโลก

ถึงมัสยิด โบสถ์ วัด เขาเย็นชา

เพื่อหยุดการฆ่าในพระนามของพระเจ้า เขาไม่เคยพยายามอย่างกล้าหาญ

ด้วยวิวัฒนาการและกระบวนการทางธรรมชาติ ทุกสิ่งทุกอย่างก็เผยออกมา

วันหนึ่งความคิดเรื่องพระเจ้าผู้นิ่งเฉยและเฉยเมยจะยังคงไม่มีใครขายออกไป

การแบ่งแยกผู้คนในพระนามของพระเจ้า ทำให้เกิดความทุกข์ยากแก่มนุษยชาติ

เมืองศักดิ์สิทธิ์ที่เรียกว่าได้เปิดคลังที่ทำกำไรได้

การซื้ออาวุธยุทโธปกรณ์ผู้นำศาสนากำลังกินดอกเบี้ย

ทุกวันนี้ สำหรับการก่อการร้ายและความรุนแรง ศาสนสถานเป็นเพียงสถานรับเลี้ยงเด็ก

ยกเว้นพระภิกษุที่มีการบวชเท่านั้น

เกี่ยวกับผู้เขียน

เทวจิต ภูยัน

เทวจิต ภูยัน วิศวกรไฟฟ้าผู้มีอาชีพและเป็นกวีจากใจจริง
เชี่ยวชาญในการแต่งบทกวีภาษาอังกฤษและภาษาแม่ของเขาอย่างอัสสัม เขาเป็นสมาชิกของ Institution of Engineers (อินเดีย), Administrative Staff College of India (ASCI) และเป็นสมาชิกชีวิตของ Asam Sahitya Sabha องค์กรวรรณกรรมระดับสูงสุดของรัฐอัสสัม ดินแดนแห่งชา แรด และ Bihu ในช่วง 25 ปีที่ผ่านมา เขาได้ประพันธ์หนังสือมากกว่า 70 เล่มที่จัดพิมพ์โดยสำนักพิมพ์ต่างๆ ใน 45 ภาษาและภาษาต่างๆ หนังสือที่ตีพิมพ์ทั้งหมดของเขาในทุกภาษามีจำนวนถึง 157 เล่มและเพิ่มขึ้นทุกปี จากหนังสือที่ตีพิมพ์ของเขาประมาณ 40 เล่มเป็นหนังสือบทกวีอัสสัม หนังสือบทกวีภาษาอังกฤษ 30 เล่ม และสำหรับเด็ก 4 เล่ม และ 1 ประมาณ 10 เล่มเกี่ยวกับหัวข้อต่างๆ บทกวีของ Devajit Bhuyan ครอบคลุมทุกสิ่งที่มีอยู่ในโลกของเราและมองเห็นได้ภายใต้ดวงอาทิตย์
เขาได้แต่งบทกวีจากมนุษย์สู่สัตว์สู่ดวงดาว กาแล็กซี มหาสมุทร ป่า มนุษยชาติ สงคราม เทคโนโลยี เครื่องจักร และทุกสิ่งที่มีอยู่และสิ่งที่เป็นนามธรรม หากต้องการทราบข้อมูลเพิ่มเติมเกี่ยวกับเขา โปรดไปที่ *www.devajitbhuyan.com* หรือดูช่อง YouTube ของเขา

@careergurudevajitbhuyan1986

www.ingramcontent.com/pod-product-compliance
Lightning Source LLC
LaVergne TN
LVHW091534070526
838199LV00001B/66
* 9 7 8 9 3 6 2 6 9 4 0 8 9 *